D1771779

மேகத்தைத் துரத்தியவன்

மேகத்தைத் துரத்தியவன்

சுஜாதா

கிழக்கு

மேகத்தைத் துரத்தியவன்
Megathai Thurathiyavan
by Sujatha
Sujatha Rangarajan ©

First Edition: June 2010
104 Pages
Printed in India.

ISBN 978-81-8493-274-4
Kizhakku - 511

Kizhakku Pathippagam
177/103, First Floor,
Ambal's Building, Lloyds Road,
Royapettah, Chennai 600 014.
Ph: +91-44-4200-9603

Email : support@nhm.in
Website : www.nhm.in

Cover Image : Shutterstock ©

Kizhakku Pathippagam is an imprint of New Horizon Media Private Limited.

This book is sold subject to the condition that it shall not, by way of trade or otherwise, be lent, resold, hired out, or otherwise circulated without the publisher's prior written consent in any form of binding or cover other than that in which it is published and without a similar condition including this the rights under copyright reserved above, no part of this publication may be reproduced, stored in or introduced into a retrieval system, or transmitted in any form or by any means (electronic, mechanical, photocopying, recording or otherwise), without the prior written permission of both the copyright owner and the above-mentioned publisher of this book.

மாணிக்கத்தின் திட்டத்தைக் கேட்டவுடன் அன்புக்கு முதலில் ஏற்பட்டது பயம். மாணிக்கம் மெதுவாகத் திட்டத்தின் ஒவ்வொரு பகுதியாக வெளியிட, இது சாத்தியம் போல இருக்கிறதே என்று தோன்றியது. இருந்தும் அவ்வளவு பெரிய குற்றம் செய்ய அவனுக்குத் தைரியமில்லை. அவன் இதுவரை செய்த குற்றம் எல்லாம் பத்துப் பைசாவுக்கும் அஞ்சு பைசாவுக்கும் சொன்ன பொய்களே! அன்பு! அது ஒன்றுதானா நீ இதுவரை செய்த குற்றம்? இல்லை. இல்லை. மற்றொன்று! ஆனால், அது வேறு குற்றம். ஆனால் பாங்க்கில் திருடுவது? அகப்பட்டால் எத்தனை வருஷம்! ஏழு? எட்டு?

இரவில் பகலில் என்னேரமானாலும்
சிரமத்தைப் பார்ப்பதில்லை தேவரீர் தம்முடனே
சுற்றுவேன் தங்களுக்கோர் துன்பம் வராமற் காப்பேன்
கற்ற வித்தை யேதுமில்லை காட்டு மனிதன் ஐயே!
- பாரதி

ஒன்று

அன்பழகன்

அவன் பெயர் அன்பழகன். நண்பர்களுக்கு 'கன்'. வீட்டில் அன்பு. வயது பதினெட்டு. அதிகப் படிப்பு கிடையாது. வேலை கிடையாது. நிறையப் பணத்துக்கு ஒரு ஏற்பாடு செய்வதாக மாணிக்கம் சொல்லி இருக்கிறான். அது பற்றி அப்புறம். இப்போது அறிமுகம். அன்பழகனின் துடிப்பை, இதைப் படிக்கிற நீங்கள் முதலில் உணர்ந்து கொள்ள வேண்டும். அப்போதுதான் அவன் செய்த காரியத்தின் காரணம் புரியும் உங்களுக்கு. சிந்தின ரத்தத்தின் சுத்தம் புரியும் உங்களுக்கு. அன்பழகன், சொன்னபடி கேட்பதற்காகவே பிறந்தவன். இந்த மாதிரி, ஊர் பூரா, தெருப் பூரா நற்செய்கைகளை வாரி வழங்கிக் கொண்டு செல்லும் பிரகிருதிகளை நீங்கள் சந்தித்திருக்கலாம். வலுக்கட்டிக்கொண்டு பிறருக்கு ஒத்தாசை செய்வார்கள். அன்பழகன் ரேஷன் வாங்கி வருவான். லைசென்ஸுகளைப் புதுப்பித்துக் கொண்டு வருவான்; ரயிலடிக்குப் போய்க் கால் கடுத்து டிக்கெட் வாங்கிக் கொண்டு வருவான். சினிமாக்

காட்சிகளுக்கு ரிசர்வேஷன் செய்து தருவான். கிரஸின் வண்டியின் பின்னால் ஓடுவான். அந்தத் தெருவிலேயே 'அன்பு...' என்று சொன்னால், 'அவனா? தங்கமான பையன் சார்!' என்பார்கள்.

அப்படிப்பட்டவனா இப்படிச் செய்தான்! நம்பவே முடியவில்லையே...

அன்பழகனுக்கு அப்பா அம்மா இரண்டு பேரும் சின்ன வயதிலேயே செத்துப் போய்விட்டார்கள். எப்படிச் செத்துப் போனார்கள் என்று சொன்னால், இந்தப் பக்கம் பூராக் கண்ணீர் ஆகிவிடும். கண்ணீர் வேண்டாம். அவன் அனாதையில்லை. அந்த அளவுக்கு கடவுள் அவனை... வெயிட் எ மினிட். கடவுள் பற்றி அவனுக்கு நிறையச் சந்தேகங்கள் உண்டு. சாவகாசமாக அதைப் பற்றிப் பேசலாம்.

அவன் இருப்பது சித்தப்பா வீட்டில். அப்பா இல்லை என்றால் சித்தப்பாதானே எடுத்து வளர்க்கவேண்டும் என்று நியாயம் பேசலாம். இந்தச் சித்தப்பா ஒன்றுவிட்ட தூரத்தவர். ரத்த சம்பந்தம் அதிகம் இல்லாதவர். ஏறக்குறைய சித்தப்பா வீட்டில் இவன் ஒரு வேலைக்காரன்தான். அவன் இல்லை என்றால் வீடு களேபரம் ஆகிவிடும். சித்தப்பாவுக்கு பாங்கில் வேலை. சித்திக்கு சர்க்கார் ஆபீசில். வீட்டில் சின்னக் குழந்தை. அன்பழகன் வீட்டில் இருப்பது அவர்கள் இரண்டு பேருக்கும் ஒரு பெரிய சௌகரியம். அதுவும் சித்திக்கு.

அதிகாலை எழுந்து பச்சு பச்சு என்று காய்கறி வாங்கிவந்து அதை அலம்பி ஆய்ந்து நறுக்கிக் கொடுத்துவிடுவான். வென்னீர் அடுப்புப் பற்ற வைத்துவிடுவான். சித்தி சட்டென்று எழுந்து குக்கரை வைத்து விடுவாள். காபி அவன்தான். சமையல் மட்டும் சித்தி செய்வாள். சுற்றுப்பட்ட வேலைகள் அத்தனையும் அவன் தான். 'அன்பு, ஓடிப் போய் ஒரு நெருப்பெட்டி, நூறு கிராம் கடுகு வாங்கிட்டு வந்துரு!'

சரியாக ஒன்பது மணிக்குச் சமையல் அறை பூரா எருமை மாடு கன்று போட்ட இடம் போல பண்ணி விட்டு சித்தி புறப்பட்டு விடுவாள். சமையல் பாதிதான் முடிந்திருக்கும். அவள் ஒன்றிரண்டு ஸ்லைஸ் ரொட்டி முதுகில் ஜாம் தடவிச் சாப்பிட்டு விட்டுப் போய்விடுவாள். மத்தியானம் சாப்பாடு கொண்டு வரத்தான் அன்பு இருக்கிறானே!

அப்புறம்தான் சித்தப்பா வருவார். நிதானமாக பேப்பர் படித்து விட்டு, ஒழுங்காகக் குளித்துவிட்டு, அபிராமி அந்தாதி சொல்லி விட்டு, பளீர் என்று திருநீறு அணிந்து பாங்குக்குக் கிளம்புவார். சற்று லேட்டாகத் தான் போவார். எப்போதும் சிரிப்பார். எல்லோரையும் சுலபமாகப் புகழ்வார். மேலதிகாரிக்கு விழுந்து விழுந்து செய்வார். அப்படிச் செய்து ப்ரமோஷன் வாங்கிவிட்டார். இப்போது அந்த பாங்கின் பிராஞ்ச் மானேஜர். சின்ன பாங்க். ஷெட்யூல் வகையில் சேராத பாங்க். கடன் சுலபமாகக் கிடைக்கும். கொஞ்சம் கொஞ்சம் ரிஸ்க்குகள் எடுத்துக்கொண்டு வருஷ முடிவுக்குள் டெபாசிட் தொகை இத்தனை கோடிக்கு அதிகரித்து விடவேண்டும் என்று வலுக்கட்டாயமாக அந்தப் பாங்கின் பல கிளைகளில் மஹாலட்சுமி நிதி, சரஸ்வதி நிதி, பார்வதி நிதி என்றெல்லாம் பெயர் வைத்து விளம்பரங்கள் தடபுடல்.

சித்தப்பா ஆபீஸ் போனதும் சின்னப் பாப்பாவை ஸ்கூலுக்கு அனுப்ப வேண்டும். அது தூங்கி எழுந்ததும் அம்மாவை நினைத்துக் கொண்டு ஒரு பாட்டம் அழும். ஓய்ந்தபின் அதைக் குளிப்பாட்டி, பவுடர் அடித்து, மார்பில் பின் குத்தி, கர்ச்சிப் தொங்க விட்டு அத்தனை கஷ்டப்பட்டு என்ன பாடம்? 'பாப்பா பேக்ஷீப்' இங்கிலீஷும் இல்லாமல் தமிழும் இல்லாமல் ஒரு ரெண்டுங் கெட்டான் பாடம். சின்னக் குழந்தையை வீட்டில் வைத்துக் கொண்டு, 'பாட்டைத் திறப்பது பண்ணாலே, இன்ப வீட்டைத் திறப்பது பெண்ணாலே' என்று நல்ல தமிழ்ப் பாட்டாகச் சொல்லிக் கொடுக்கலாம். அந்தச் சின்னப் பெண்ணை, 'தமிழ்ப் பாட்டு பாடும்மா!' என்று கேட்டால் 'காதல் வந்துருச்சி' என்றுதான் ஆரம்பிக்கும்.

பத்து மணிக்கு எல்லோரும் புறப்பட்டுப் போனதும்தான் அவனுக்குக் கொஞ்சம் நிம்மதி. துணியெல்லாம் துவைத்துப் போட்டு விடுவான். தினசரி சித்தி, 'அன்பு! நீ ஏம்பா துணியெல்லாம் துவைக்கிறே? எங்க துணியெல்லாம் வெச்சுருன்னு எத்தனை முறை சொல்றது!'

ஆனாலும் தினம் அவன்தான் துவைப்பான். பச்சைத் தண்ணீரில் பாடிக்கொண்டே குளிப்பான். சாப்பிடுவான். பாத்திரங்களை எல்லாம் தேய்த்து ஒழுங்காகக் கவிழ்ப்பான். அப்புறம் கொஞ்சம் ஃப்ரீ. ஃப்ரீ என்றால் வீட்டை விட்டு இன்னும் வெளியில் போய் விட முடியாது. ஆனால், இஷ்டப்படி படிக்க, பாட, எழுத, கொஞ்சம் நேரம். மத்தியானம் பன்னிரண்டு மணிக்கு சித்திக்குச்

சாப்பாடு எடுத்துச் செல்வான். 1.30-க்கு பேபியை அழைத்துக் கொண்டு வருவான். அதற்குப் பால் சுட வைத்துக் கொடுத்து விட்டு, தூங்க வைத்துவிட்டு, சித்தி திரும்ப வரும் வரைக்கும் வீட்டில் காத்திருப்பான். அதற்கப்புறம் இரண்டு மணி நேரம் வெளியே போய் வருவான். தெரு முனையில் அவன் சினேகிதர்களைச் சந்திப்பான். ஒரு குறிப்பிட்ட கடையில் வந்து சேருவார்கள். சிகரெட் குடிப்பார்கள். போகிற வருகிறவர்களைப் பற்றி, அரசியல் பற்றி, சினிமா பற்றி, கிரிக்கெட் பற்றிப் பேசுவார்கள்.

அவன் நண்பர்கள் எல்லோரும் வேலையில் இருக்கிறவர்கள். வேலை கிடைக்கப் போகிறவர்கள். அன்பழகன் ஒருவன்தான் வேலையில்லாத ஆசாமி. இதற்காக அவர்கள் அவனை இழிவாகப் பேசமாட்டார்கள். ஆனால், சில வேளைகளில் அவனுக்கே ஒரு மாதிரித் தன்னிரக்கம் ஏற்படும். அவரவர்கள் பர்ஸை எடுத்து அதில் துருத்திக்கொண்டிருக்கும் பத்து ரூபாய், ஐம்பது ரூபாய், நூறு ரூபாய் நோட்டுக்களைப் பார்க்கையில் தானும் ஒரு நாள் பர்ஸ் வைத்துக்கொண்டு விரல்களால் சலவை நோட்டை உருவி, 'சில்லறையாக இருக்கிறதா?' என்று கேட்க மாட்டோமா என்று ஏக்கமாக இருக்கும். காசில்லாத குறைதான் அவனை அப்படிச் செய்யத் தோன்றியதா?

சித்தப்பா, சித்தி ரெண்டு பேரும் சம்பாதிக்கிறார்கள். அவன் கண்ணில் ஒரு காசு காட்ட மாட்டார்கள். சித்தப்பா, சித்தி இரண்டு பேருக்கும் எதற்கெடுத்தாலும் கணக்கு.

'சித்தி, ஒரு ரூபா கொடுங்க.'

'எதுக்கு அன்பு?'

'சைக்கிளுக்குக் காத்து அடிக்கணும். பத்திரிகை வாங்கணும்.'

'காத்து அடிக்கப் பதினஞ்சு பைசா. பத்திரிகை அம்பத்தஞ்சு பைசா. கூட்டினா எழுபது பைசா. இந்தா.'

'சித்தி, ஒரு ரூபாதான் கொடுங்களேன்.'

'பாக்கி என்ன, சிகரெட்டா?'

அன்பழகன் அசடு வழிவான்.

'சொல்லிவிட்டு வாங்கிக்க. ஒரு நாளைக்கு எத்தனை பிடிக்கிறே?'

'ரெண்டு!' பொய். ஒரு பாக்கெட்.

'என்ன பிராண்டு?'

'வில்ஸ் ஃப்ளாக்.'

'ஒரு சிகரெட் எவ்வளவு பைசா...'

'எவ்வளவு எவ்வளவு எவ்வளவு! சிகரெட் எவ்வளவு. பஸ் டிக்கெட் எவ்வளவு. புதினாக் கீரை எவ்வளவு. சித்தி குத்திக் குத்திக் கேட்க அன்பு புதுசு புதுசாகப் பொய் சொல்ல உத்திகளைக் கண்டு பிடித்தான். 'பொய் மட்டும் சொல்லாதே அன்பு! பொய் உதவாது. என் வாழ்க்கையில் பொய்யே சொன்னதில்லை. இதில நானும் உங்க சித்தப்பாவும் கொடுத்து வைச்சவங்க! அவருக்கு இன்னிக்கு பாங்கிலே பெரிய உத்தியோகம்னா, நல்ல பேருன்னா, அது பொய் சொல்லாததினால! என்னங்க! கொஞ்சம் சொல்லுங்க, உங்க மகனுக்கு.'

சித்தி விட்ட இடத்திலிருந்து சித்தப்பா தொடர்வார். பதினைந்து நிமிஷத்துக்கு உபதேச ரத்தின மாலை! தலை சுற்றும். தன் அறைக்குச் சென்று பாரதியின் கவிதைகளை எடுத்துப் படிப்பான். எப்போதும் அவன் படிக்கும் புத்தகம்.

> ஆவியின் உள்ளும் அறிவின் இடையிலும்
> அன்பை வளர்த்திடுவோம் - விண்ணின்
> ஆசை வளர்த்திடுவோம்
> ஆவல் வளர்த்திடுவோம்.

அவன் ஆசைகள் என்ன? ஆவல்கள் எவை? அன்பழகனுக்குத் தெரியாது. சித்தியின் கண்கள் அவனைத் துளைத்து எடுத்து விடும். அவளுக்குக் கொஞ்சம் பூனைக் கண். கண்ணாடிக் கண்கள். நல்ல ஆரோக்கியமான பற்கள். சிவப்பாக இருப்பாள். பெரிய உடம்பு. அகலமான கைகள். அவனைச் சில வேளையில், 'அன்பு! நீ குழந்தை!' என்று அணைத்துக் கொள்ளும்போது பயமாகவே இருக்கும். எலும்பு கிலும்பு முறிந்து போய்விடுமோ என்ற பய மில்லை. வேறு பயம்.

தினசரி அவன் குடிக்கிற ஒரு பாக்கெட் சிகரெட்டுக்கு உண்டான பணத்தைச் சம்பாதிக்க அவன் படும் அவஸ்தை... மாசாந்திரச்

சாமான் வாங்கும்போது, ஐநூறு கிராம் கடுகு என்றால், நானூறு தான் வாங்கி வருவான்.

அங்கங்கே 'அஜிஸ்மெண்ட்'. பேப்பர் விற்கிறதில் ('இருபது பேப்பருக்கு ஒரு கிலோ வரணுமே அன்பு!'), சைக்கிளுக்குக் காத்தடிப்பதில் (தினம் தினம் காத்தடிக்கணுமோ அன்பு. டீப்பு மாத்தணுமா என்ன?'). அவன் வீட்டில் செய்கிற வேலைக்கு மாதம் ரூ. 150 சம்பளம் தரலாம். கேட்பதற்குப் பயம். அவர்கள் கூப்பிடும் குரலுக்கு ஓடுகிற சேவகன்தான் அவன்!

'கற்ற வித்தை ஏதுமில்லை காட்டு மனிதன்!' வித்தை கற்க ஆசையில்லை என்றில்லை. படிக்கவில்லை. எஸ்.எஸ்.எல்.ஸி.யில் தடுமாறினான். தமிழில்தான் அறுபது. கணக்கில் தவறினான். அப்புறம் அவனைச் சிரத்தையாகப் படிக்க வைப்பதில் சித்தப்பா, சித்திக்கு பிரேமையோ, இஷ்டமோ, ஆர்வமோ இல்லை. படித்து பாஸ் செய்துவிட்டு அவன் வேலைக்குச் சென்று விட்டால் வீட்டில் யார் இருப்பது? வீடு பெருக்கி விளக்கேற்றி வைக்க யார்? துணிமணிகள் துவைத்திட யார்? சின்னக் குழந்தைக்குச் சிங்காரப் பாட்டு இசைப்பது யார்? தனியாக நினைத்துப் பார்த்தால் அழுகை வரும்.

காசு என்றால் இப்படி ஆலாய்ப் பறந்தவனுக்கு, அத்தனை காசுக்கு வழிகாட்டின ஆசாமி மாணிக்கம்.

எத்தனை லட்சம்!

பத்து!

இரண்டு

மாணிக்கம்

மாணிக்கத்தை அவன் சந்தித்தது தற்செயலான காரியம். வெள்ளிக் கிழமை சாயங்காலம் சைக்கிளை எடுத்துக்கொண்டு எப்போதும் போல லஸ் போயிருந்தான். புதுப் படம் ரிலீஸ் என்று ரொம்பப் பேர் வரவில்லை. ராஜசேகரன் மட்டும்தான் இருந்தான். அவன்கூடப் புதுசா ஒருத்தன் நின்று கொண்டிருந்தான். நல்ல உயரமாக இருந்தான். கண் பார்வை தீட்சண்யம். பட்டையாகக் கைக் கடிகாரம் கட்டியிருந்தான். ஸ்டெப் கட் வெட்டி, உயர் ரக சட்டை போட்டிருந்தான். அவனிடம் சிங்கப்பூர் வாசனை அடித்தது. நீளமாக சிகரெட் குடித்துக்கொண்டு பிள்ளையார் கோயில் பக்கம் வருகிற பிராமணப் பெண்களை சைட் அடித்துக் கொண்டிருந்தான். அன்பழகன் ஓரமாக சைக்கிளை நிறுத்திவிட்டு ஸ்டாண்ட் போட்டுவிட்டு, 'வணக்கம் ராஜசேகரன் அண்ணே!' என்றான்.

'வாய்யா கன்னு!'

முதல் தடவையாக மாணிக்கம் அன்பழகனைப் பார்த்தான். ரஜினி ஸ்டைலில் சிகரெட்டைப் பல்லால் கடித்துக் கொண்டு, 'இது யாரு?' என்று நெற்றிப்

புருவத்திலேயே ராஜசேகரனைக் கேட்டான். லைட்டரில் சிகரெட்டைப் பற்றவைத்து அதன் ஜோதி அனாவசியமாக நின்று நடுங்கிக்கொண்டிருக்க அன்பழகனை உருவி விடுகிற மாதிரிப் பார்த்தான். சிரித்தான்.

'இதுதாங்க நான் சொல்லல? அன்பழகன்!'

'ஓஹ்ஹோ! நீதானா!?'

'நீதானான்னா?' அன்பழகனுக்குப் புரியவில்லை.

'இந்தா' என்று அவனுக்கு சிகரெட் ஒன்று கொடுத்தான். வெளி நாட்டு சிகரெட். அதை அவன் உதட்டில் பொருத்திக்கொள்ள, மாணிக்கம் அதைப் பற்றவைத்தான். 'உன்னை நான் பாங்க்கில் பார்த்திருக்கேன்.' குரல்கூட வசீகரமாக இருந்தது. 'பாங்கில் வேலை செய்றியா?'

'இல்லிங்க! எங்க சித்தப்பாவுக்கு சில நாள் சாப்பாடு கொண்டுட்டு வருவேன். அப்ப பாத்திருப்பிங்க!'

'உங்க சித்தப்பா பேங்க்கில் வேலை செய்றாரா?'

'ஆமாங்க!'

'என்னவா?'

'பிராஞ்ச் மானேஜர்.'

'எந்தப் பிராஞ்சு?'

'ஆள்வார்பேட்டை.'

'எல்டாம்ஸ் ரோடு கடந்து போயிஸ் ரோடில இருக்குதே?'

'இப்ப அங்க இல்லிங்க. அடையாறுக்கு மாத்திட்டாங்க!'

'என்ன பிராஞ்ச்சு?'

'இன்ஸ்ட்ரானிக்ஸ் கேம்பஸுக்குப் பக்கத்திலே புதுசா ப்ராஞ்சு. புதுசா அவருக்குப் பதவி உயர்வுங்க!' அன்பழகன் வெளியே சித்தப்பாவை விட்டுக்கொடுக்க மாட்டான். ஏதாவது பெருமைப் படுவதற்கு என்று அவனுக்கு இருந்தால் சித்தப்பா மானேஜராக இருப்பது ஒன்றுதானே? அன்பழகன் அந்தப் புதிய சிகரெட்டை

இழுக்க அதன் சன்னமான புகை உள்ளே இறங்க நல்ல கவிதை படிப்பது போல் இருந்தது.

'மாணிக்கம் பெரிய பிஸினஸ்மேன்' என்றான் ராஜு.

'அப்படியா! எனக்கு ஏதாவது வேலை வாங்கிக் கொடுப்பீங்களா?'

'என்ன படிப்பு?'

'எஸ்.எல்.எல்.ஸி.'

'பாஸா?'

'இல்லிங்க.'

'நம்கூட வா! உனக்கு வேலை தர்றேன்.'

'சரிங்க. எப்ப வர?'

'இப்ப வர்றியா?'

'எங்கெங்க?'

'நம்ம ரூமுக்கு.' அன்பழகன் ராஜசேகரனைப் பார்க்க அவன் 'போயிட்டு வா கன்னு' என்றான். 'சைக்கிளை நான் பார்த்துக்கறேன். மாணிக்கம் ஒண்ணு சொன்னா உடனே செஞ்சுருவாரு கன்னு!'

மாணிக்கம் சிரித்து, 'கன்! நல்ல பேரு? கன் வெச்சிருக்கியா?' என்றான்.

'வெச்சிருக்கான். எடுக்க முடியாது. சுட முடியாது!' மாணிக்கம் பெரிசாகச் சிரிக்க, அவனுக்கு வெட்கமாக இருந்தது. 'பயப்படாதே. உன் கன்னை நான் ஒண்ணும் செய்யமாட்டேன்! என் கூட வர்றியா?'

'இப்ப மணி என்னங்க?'

'ஆறு.'

'ஏழரைக்கு சித்தப்பா வந்துருவாரு!'

'அதுக்குள்ள கொண்டு விட்டுர்றேன் வா! பயந்து சாவாதே!'

பக்கத்தில் ஜிலு ஜிலு என்று ஒரு புல்லெட் வண்டி. அதன் வயிற்றில் ஸ்டிக்கர்கள் ஒட்டியிருந்தன. கைப் பிடிகள் பிரத்தியேகமாகத்

தயாரிக்கப்பட்டுக் கொஞ்சம் தூக்கலாக இருந்தன. ஒரு உதையில் திடுதிடுவென்று இன்ஜின் பற்றி இடித்தது. அதன் பின் சீட்டில் தயக்கமாக உட்கார்ந்து கொள்ள... உடனே புறப்பட்டு தூள் பறந்தான் மாணிக்கம். அன்பழகன் சுதாரித்துக் கொள்வதற்குள் வள்ளுவர் சிலையைத் தாண்டி ராயப்பேட்டை ஹைரோடு சிக்னலுக்கு வந்து விட்டான். எலியட்ஸ் ரோடில் வலப்புறம் திரும்பி பீச் ரோடைப் பிடித்து அறுபதில் இருந்து எழுபது மைல் வேகத்தில், அன்பழகன்மேல் காற்றுத் துள்ள, பாட வேண்டும் போலிருந்தது.

சைனா பஜார் என்றால் உங்களுக்குச் சுறுசுறுப்பான அதன் முகம் தான் தெரிந்திருக்கும். அவர்கள் போனது சைனா பஜாரின் குடலுக்குள். சற்றுச் சந்தாக நெளிந்து சென்றார்கள். யார் யாரோ என்ன என்னவோ தொழில் செய்து கொண்டிருந்தார்கள். மரச் சட்டங்கள், பாலிஷ் வேலை, மொத்த வியாபாரிகளின் கிடங்குகள், கை வண்டிகள், மெத்தைகள், ஆஸ்பத்திரி, அறுவை சாமான்கள், பெண்கள் சமாசாரம்.

மாணிக்கம் ஓர் இடத்தில் மோட்டார் சைக்கிளை நிறுத்தி நடக்க, அவன் பின்னாலேயே சென்றான். என்ன வேலை? கேட்கவில்லை. உடனே ஏறிக்கொண்டு வந்தாகி விட்டது. ஏன், எதற்கு என்று அவன் வாழ்நாளில் கேட்டதில்லை. ராஜசேகரன் 'கூடப் போ' என்றான். இதோ மாணிக்கத்தின் பின்னால் செல்கிறான். ஒரு மணி நேரத்துக்கு முன்பு மாணிக்கம் யார்?

மரப் படிகளில் ஏறினார்கள். 'மாணிக்கம் எண்டர்ப்ரைஸஸ்' என்று ஒரு அறிவிப்புப் பலகை. அதன் வாசல் பூட்டியிருந்தது. கொட்டைப் பாக்குப் பூட்டு. திறந்து அறைக்குள் நுழைந்து மாணிக்கம் கதவைச் சாத்தினான். 'உட்கார்' என்றான்.

நீண்ட பெஞ்சு. அதன்மேல் தூசு. அறை சமீப காலத்தில் உபயோகிக்கப்பட்டதாகத் தெரியவில்லை. சுற்றிலும் ஒட்டடை. ஒற்றை பல்பு. சுவரில் காலண்டர். தாள்களில் நிர்வாண மங்கைகள். அலமாரியில் கட்டித் தழுவும் கஜுராஹோ சிலைகள். ஆஷ் டிரே நிறைய சிகரெட் துண்டுகள்.

மாணிக்கம் தன் பையிலிருந்து ஒரு சிகரெட் எடுத்தான். பாண்ட் பைக்குள்ளிருந்து ஒரு சிறிய டப்பா எடுத்தான். அதிலிருந்து தூள் எடுத்தான்.

'உனக்கு எவ்வளவு பணம் வேணும்?'

‘சம்பளமா? நான் இன்னும் அதைத் தீர்மானிக்கலைங்க.’

சிகரெட்டின் புகையிலையை உதிர்த்துக் காலி பண்ணி, அதற்குப் பதில் அந்தத் தூளை அடைத்தான்.

‘இந்தா, முதல்ல இதை வைச்சுக்க அட்வான்ஸா’ என்று ஒரு நூறு ரூபாய் நோட்டை அன்பழகனின் சட்டைப் பைக்குள் அடைத்தான்.

‘எதுக்குங்க!’

‘சொன்னேனே! முன் பணம்! என்கூட எனக்காக ஒரு வேலை செய்யப் போறே நீ!’

அன்பழகன் அந்த ஒரு வினாடி சிகரெட்டைப் பார்த்தான். அவனுள் புதுசாக உற்சாகம். நூறு ரூபாய். அடேயப்பா, ஒரு மாசத்துக்கு சிகரெட்டுக்கும் சினிமாவுக்கும் சிங்கியடிக்க வேண்டாம்... சின்னச் சின்ன அற்பத்தனங்கள் செய்து திருட வேண்டாம்... பாரதியார் கவிதைகள் கையடக்கப் பதிப்பை ப்ளாஸ்டிக் உறையுடன் வாங்கிவிடலாம். ஒரு சட்டை தைத்துக் கொள்ளலாம்...

‘அது என்னங்க?’ என்றான்.

மாணிக்கம் நெருப்புக் குச்சியின் பின் பக்கத்தால் அந்த சிகரெட்டைக் கெட்டித்துக் கொண்டிருந்தான். வெடி போல.

‘ஜாயிண்டு! பிடிச்சதில்லை?’

‘இல்லைங்க! ஜாயிண்டுன்னா?’

‘ஸ்பெஷலா சிகரெட்டு மாதிரித்தான்’ அதை மாணிக்கம் பற்ற வைத்து விரல் இடுக்கில் செருகிக்கொண்டு மணிக்கட்டை ஒரு சங்கு போல ஆக்கிக்கொண்டு கட்டை விரலுக்கு அருகில் உதடுகளை வைத்து ‘ஸ்ஸ்ஸ்’ என்று இழுத்தான். அதன் சாம்பலைச் சொடக்கிவிட்டான். ‘இந்தா, ஒரு இழுப்பு இழுத்துப் பாரு...’ அன்பழகன் தயக்கத்துடன் அதை உறிஞ்சிப் பார்த்தான். புகை ஒருடன் உள்ளே போய் அழுத்தியது. இருமினான்.

‘மெள்ள மெள்ள! இத பார் அன்பழகன். உன்னைப் பார்த்த உடனே எனக்குப் பிடிச்சுப் போச்சு. நான் ஒரு ரகசியம் சொன்னா, நீ மனசுக்குள்ள வெச்சுப்பன்னு எனக்குத் தெரிஞ்சு போச்சு! என்ன கன்னு?’

'என்ன ரகசியங்க?'

'நீ எனக்கு ஒரு உதவி செய்யணும்!'

'சரிங்க!'

'மெள்ள மெள்ள! ரொம்ப இழுக்காதே!'

புகை மார்பு பூராப் பரவ அன்பழகன் காதில் விர்ர் என்று சப்தம் கேட்டது. திடீர் என்று விரட்டப்பட்ட பறவைபோல மார்பு துடித்துக் கொண்டது. அதே சமயம் அவன் பார்வை சுத்தமாயிற்று. மேலே இருந்த 25 வாட் பல்பு 250 வாட் ஆயிற்று... வெளியே கார் ஹாரன் சப்தத்துக்கேற்ப பல்பு இன்னும் பளிச்சென்று ஒளிர்ந்தது.

'என்ன வேணும் உங்களுக்கு? நான் செய்து தர்றேன். ஆமாம். இந்த சிகரெட் எங்கங்க கிடைக்கும்?' என்று அன்பழகன் கேட்பது அன்பழகனுக்குக் கேட்டது.

'இதெல்லாம் ஸ்பெஷல் கன்னு! உனக்கு என்ன ஆசை சொல்லு!' என்று மாணிக்கம் ஒரு மைல் தூரத்திலிருந்து கேட்க, அன்பு மற்றொரு இழுப்பு இழுத்தான். மண்டைக்குள் மகர யாழை நெருடுகிறாற்போல் இருந்தது. 'என்ன வேணுமா? எனக்கு என்ன வேணுமா? சொல்லட்டுமா? விடுதலை; அதான் வேணும் எனக்கு.'

'எதில் இருந்து?'

'தினசரி பாப்பாவுக்கு அலம்பிவிடறதிலிருந்து, தினசரி பாடி, உள் பாவாடை துவைக்கிறதிலிருந்து, தினசரி கேக்கற கட்டில் சத்தத்திலிருந்து, தினசரி பத்து பைசாவுக்கும் அஞ்சு பைசாவுக்கும் பிச்சை எடுக்கறதிலிருந்து...'

'அஞ்சு பைசாவா? அஞ்சு லட்சம் வேணுமாடா உனக்கு!'

'இல்லைங்க வேண்டாம்! அந்த ஜாயிண்ட் ஒண்ணு. அதில ஒரு இழுப்பு! அது போதும்!'

'நீ சீமானா ஆகணுமா கன்னு?'

'ஆமாங்க! சீமானாகி, முதல்ல 'சீ நீயும் ஒரு மனுசியா? உன் வயசென்ன என் வயசென்ன'ன்னு காறித் துப்பணும் மாணிக்கம். உங்ககிட்டே ஒரு ரகசியம் சொன்னாக் காப்பாத்துவீங்களா? சத்தியமா? கடவுள் சாட்சியா? இயற்கை சாட்சியா?'

மாணிக்கம் அதைப் பிடுங்கி, 'போதும்' என்றான்.

'இன்னும் ஒரே ஒரே இழுப்பு! கடவுளைத் தொடுதுங்க.'

'வேண்டாம். முதல் தடவை ஜாக்கிரதையா இருக்கணும்.'

'மாணிக்கம்! சத்தியமா எனக்குள்ளே ஏதோ ஒரு வானவில் சமையல் நடந்துக்கிட்டிருக்கு! கொடுங்க!'

'நாளைக்கு! நாளைக்கு' என்று மாணிக்கம் மீதி சிகரெட்டைக் கை சொடக்கி இழுக்க அன்பழகனுக்குச் சிரிப்பு வந்தது. நின்றால் சிரிப்பு, நடந்தால் சிரிப்பு, 'வா' என்றால் சிரிப்பு. அவனைப் பிடித்து மாணிக்கம் அழைத்துக்கொண்டு சென்றான். கீழே இறங்கி வந்தார்கள். சைக்கிள் ரிக்ஷாவைப் பார்த்தால் சிரிப்பு. ரோடோரத்தில் குப்பைத் தொட்டியில் பொறுக்கிக் கொண்டிருக்கும் குழந்தைகளைக் கண்டால் சிரிப்பு. அவர்களுடன் போட்டி போடும் நாய்க் குட்டிகளைக் கண்டால் சிரிப்பு. பஸ்ஸைப் பார்த்தால் சிரிப்பு. எல்லாம் மனசுக்குள்தான். இத்தனை கலவரமும் உள்ளுக்குள்தான். வெளியே மாணிக்கம். அவனுடன் செல்லும் அன்பழகன்.

'எப்படி இருக்கிறே! ஏதாவது கறி கிறி சாப்பிடறியா?'

'வேண்டாங்க! இன்னும் ஒரு தடவை!'

'நாளைக்கு! இப்பத் தீர்ந்து போச்சு!'

'என்...னங்க நீங்க!'

'திரும்ப வீட்டுக்கு ஒழுங்காய்ப் போய்ச் சேருவியா?' தன் பையிலிருந்து மேலும் இருபது ரூபாய் எடுத்துக் கொடுத்தான். 'டாக்ஸில லஸ் போயிடு. எனக்கு வேற வேலை இருக்கு.'

அன்பழகன் அந்த இருபது ரூபாயை வாங்கிக்கொண்டானா என்ன? 'ஏதோ அஞ்சு லட்சம்னிங்களே! எங்கங்க இருக்குது?'

'உங்க சித்தப்பா பாங்கிலே!' என்றான் மாணிக்கம். அன்பழக னுக்குச் சிரிப்பு வந்தது.

மூன்று

வினாயகம்

உருவாய் அருவாய் உளதாய் இலதாய்
மருவாய் மலராய் மணியாய் ஒளியாய்க்
கருவாய் உயிராய் கதியாய் விதியாய்
குருவாய் வருவாய் அருள்வாய் குகனே

அறை நிறைய சாமி படங்கள். சைவம், வைணவம், சாயிபாபா என்று ஆறடிக்குப் பன்னிரண்டு அடிச் சுவர் முழுக்கப் படங்கள். அறை பூராவும் காய்ந்த புஷ்பங்கள், ஊதுபத்திப் புகை, திருநீறு, சந்தனம், பக்தி எல்லாம் கலந்த ஒரு வாசனை அடித்தது. வினாயகம் சுத்தமாகக் கை கால் முகம் கழுவி திரு நீறு அணிந்திருந்தார். விளக்கேற்றி வைத்திருந்தது. பழைய மலர்களைக் களைந்த எல்லாக் கடவுள் களும் புதுசாக மாலைகள் அணிந்திருந்தார்கள்.

அறையை விட்டு வெளியே வந்து, 'அன்பு! அன்பு' என்று கூப்பிட்டார். தனத்தின் குரல் வாசல் அறையில் கேட்டது.

'இன்னும் ஆளைக் காண்கலை. நீங்க எங்கேயாவது அனுப்பிச்சிங்களா?'

'இல்லையே!' என்று கைக்கடிகாரத்தைப் பார்த்தார். மணி எட்டு முப்பது. 'என்ன அலங்காரம்?'

'செகிண்ட் ஷோ' என்றாள்.

'பிள்ளை?'

'அவ தூங்கிருவா! அன்பு வந்தான்னா அவனையும் துணைக்கு அழைச்சிட்டுப் போயிடலாம்னு பார்த்தேன். நீங்க வர்றிங்களா?'

'என்ன படம்?'

'ஆறிலிருந்து அறுபது.'

'நான் வரலை' தனலட்சுமியை நேராகப் பார்த்தார். இரண்டு பேருக்கும் பன்னிரண்டு வயது வித்தியாசம். இப்போதும் அவள் அழகாகத்தான் இருந்தாள். கை நிறைய வளையல்கள். எல்லாம் தங்க வளையல்கள். பெரிசாகப் பொட்டு. வாய் நிறைய வெற்றிலை.

'அவன் வந்தா மட்டும் போய்ட்டு வா! தனியாப் போக வேண்டாம்.'

'தனியா யார் போவாங்க! ஆனா என்னை யாரு அபகரிக்கப் போறாங்க! நாப்பது வயதுக் கிழம்!'

'அதுக்கில்லை தனம். நகைக்குச் சொல்றேன். இத்தனை நகை போட்டுகிட்டு போறியன்னுட்டுத்தான்.'

'களட்டி வெச்சுறவா! எல்லாத்தையும் உருவி விட்டுப் போயிறவா?' என்று இரைந்தாள்.

'இப்ப என்ன சொல்லிட்டேன். சத்தம் போடுற... ஆமா, இந்த மோதரம் ஏது?'

'பழைய வளையலை அழிச்சுப் பண்ணிக்கிட்டேன்!'

'அப்படியா?'

'என்கிட்ட இருக்கிறது மொத்தம் மூணு நகை! அதையே திருப்பித் திருப்பி அழிச்சு...'

'முருகா' என்றார்.

சைக்கிளை உள்ளே கொண்டுவந்து வைத்துவிட்டு ஓசைப் படாமல் நடந்து புறக்கடைப் பக்கம் சென்றான் அன்பழகன்.

'ஏன் அன்பு, இவ்வளவு லேட்டு!'

'பஞ்ச்சர்' என்றான்.

'இப்ப என்னோட சினிமா வர்றியா?'

'நான் வரலை சித்தி.'

'ஏண்டா?'

'உடம்பு சரியாயில்லை' என்றான் அன்பழகன் தரையைப் பார்த்துக்கொண்டே. தரையில் சிமெண்டில் ஸ்திரமாகப் போட்டிருந்த பூக்கள் உயிர் பெற்று நெளிந்தன.

'ஊரெல்லாம் சுத்திட்டு ஒன்பது மணிக்கு வர்றதுக்கு உடம்பு சரியா இருக்கும்! என்கூட சினிமாப் போறப்பதான் வந்துடும்.'

'உடம்பு சரியால்ல சித்தி. உடம்பு சரியால்ல சித்தப்பா. உடம்பு சரியில்லை சித்தி. உடம்பு சரியில்ல சித்தப்பா. உடம்பு சரியால்ல உடம்பு சரியால்லா.'

'ஏய்! நிறுத்துறா!'

அவன் சிரித்தான். அவன் பையிலிருந்து நூறு ரூபாய் நோட்டுத் தெரிந்தது. வினாயகம் தன் மனைவியைப் பார்த்தார்.

'அன்பு! ஏது பணம்?'

'என்ன பணம்?'

'பைல தெரியுது பார் பணம்!'

'அது என் பணம்!' என்றான் பார்க்காமல்.

'ஏது அது?'

'நான் சம்பாதிச்சேன்.'

'சம்பாதிச்சியா?'

'ஆமாம்! சொந்தமா சம்பாதிச்சேன். திருடல, பொய் சொல்லல சித்தப்பா... சித்தி கேளுங்க! எத்தன நகை பாருங்க. உங்க மேல

எத்தனை நகை! எவ்வளவு செஞ்சுக்கிட்டிருக்கிங்க! வைரம், வைரம், பாப்பாவுக்கு ப்ராக்கு வாங்கினா நூத்தி அஞ்சு ரூபா, சித்தப்பாவுக்குச் செருப்பு வாங்கினா நாற்பது ருபா. கான்வெண்ட் மாசம் நூத்துப் பத்து ரூபா. அரைக் கிளாஸுக்கு நூத்திப் பத்து ரூபா! எனக்கு?'

எனக்கு என்பது அழுத்தமாக ஒருவித ஆத்திரத்துடன் பீறிட்ட 'எனக்கு'.

'எனக்கு என்ன செஞ்சிருக்கிங்க... அஞ்சு பைசாவுக்கும் பத்து பைசாவுக்கும் கெஞ்சவேண்டியிருக்குது. என் சட்டையைப் பாருங்க! காலர்ல எவ்வளவு கிழிசல்! என் செருப்பைப் பாருங்க. எவ்வளவு தபா தெச்சுத் தெச்சுப் போட்டாச்சு. எனக்குன்னு கைச் செலவுக்குக் காசு வேண்டாமா? நான் என்ன மிசினா?'

'இத பார் அன்பு! உனக்கு என்னதான் வேணும்! ஒரு செருப்பு, ஒரு சொக்கா. அவ்வளவுதானே?'

'எனக்கு ஒண்ணும் வேண்டாங்க! நான் இனிமே சொந்தமா சம்பாதிச்சுக்கிறேன்... எனக்குத் திறமை இருக்கு. ஒருத்தர் வேலை கொடுக்கறதாகச் சொல்லியிருக்காரு. என்னை விட்டுடுங்க! நான் வீட்டை விட்டுப் போயிடறேன். எடுபிடி வேலைக்கு வேற ஏதாவது ஆள் போட்டுக்கங்க!'

'அவ்வளவுதானாடா! சின்னப் பிள்ளையில் இருந்து உன்னை எடுத்து வளத்ததெல்லாத்துக்கும் இதுதானா நீ காட்ற நன்றி!'

'நீங்க என்னை எடுத்து வளர்த்ததுக்கு நான் நிறையவே உழைச் சாச்சு. நன்றியைப் பத்திப் பேசாதீங்க. நான் வேலைக்காரன்.'

'அவன் பேசுவதைப் பாரு தனம்! என்ன மாதிரி பேசறான் பாரு! வேலைக்காரனா அவன்? என் மகன் இல்லியா?' என்றார் வினாயகம். அவர் தாடை நெற்றி புருவம் எல்லாம் சுருங்கி இறுகி உதடுகள் துடிக்க ஆரம்பித்துவிட்டன. அந்தக் கோலத்தில் அவர் உடம்பு பூரா நடுங்க ஆரம்பித்து விடும்.

அன்பழகனுக்கு அப்போது அதெல்லாம் பெரிசாப் படவில்லை. சித்தப்பாவும் சித்தியும் விசித்திரமாகத் தோன்றினார்கள். அந்தச் சம்பாஷணையே தன்னுடன் சம்பந்தமில்லாத படி வேறு யாரோ நடத்தும் ரேடியோ நாடகம் போல இருந்தது.

தனம் தன் கணவனிடம்,

'இதப் பாருங்க. ஒட்டுன்னா யாராலும் ஒட்டவைக்க முடியாது. தானாகவே பாசம் இருந்தால்தான் முடியும். அதுவும் தம்பி அன்பு இப்ப நீங்க சொல்றதைக் கேக்கற நிலையில் இல்லை. கண்ணெல்லாம் ஒரு மாதிரி பங்கி அடிச்சாப்பல தெரியுது. பாருங்க! எதையோ முழுங்கிட்டு வந்திருக்காப்பல தோணுது! புதுசா என்ன சகவாசமோ?'

'என்னடா! யாரு புதுசா சகவாசம்!'

'மாணிக்கம்!' என்றான்.

'அது யார்றா அது!'

'யாரா இருந்தா உங்களுக்கென்ன!'

'சாப்பிட்டியா?' என்றாள் தனம்.

அன்பழகன் அவள் சொன்னதைக் கேட்காமல் கனவில்போல் நடந்து உள்ளே சென்று தன் பாயை விரித்துப் படுக்கையில் விழுந்தான். கண் மூடியதும் அவனுக்குத் தொடர் நேர்த்தியாகப் படுக்கை சரிந்துகொண்டே... சரிந்துகொண்டே இருந்தது. பட்டென்று கண் விழித்தான்.

சித்தப்பா சித்தி இருவரும் நின்றுகொண்டு அவனையே பார்த்துக் கொண்டிருக்க...

'என்ன?' என்றான்.

'நாளைக்குக் காலைல வீட்டைக் காலி பண்ணிடு! தெரியுமில்ல? உன் சகவாசமே வேண்டாம். நன்றி கெட்ட பன்னாடை!'

'இருங்க இருங்க. என்ன செஞ்சுட்டான்னு நீங்க இப்படிக் கோவிச்சுக்கறீங்க!'

அன்பழகன் சிரித்துக்கொண்டே கண் மூட அவர்கள் பேசும் வார்த்தைகள் வெவ்வேறு விதச் சட்டை போட்டுக்கொண்டு கண்ணுக்குக் குத்தின.

புதுப் பழக்கம்; வேற ஆள். காலையில் பார்க்கலாம். நூறு ரூபாய். இது சாராயமில்லை. வேற ஏதோ... இவன் போய்ட்டான்னா...

அன்பழகன் இன்பமாக நினைவிழந்தான்.

நான்கு

ரத்னா

அதிகாலையில் ரத்னாவுக்கு அந்த வீட்டைத் தேடுவதில் சிரமம் இருந்தது. பால் பூத்துக்கு அடுத்த வீடு என்று சொன்னால் நம்பர் தப்பாக இருந்தது. ஒன்று பால் பூத்தை மாற்றியிருக்க வேண்டும். இல்லை நம்பரை... ரத்னாவைப் பார்த்ததும் ஒரு சிடுமூஞ்சிகூட வழி சொல்வான். ஆட்டோ ரிக்ஷாக் காரன் அன்பாக இருந்தான். 'சமீபத்தில் நம்பர் எல்லாம் மாத்தியிருக்காங்கம்மா. நீங்க வெச்சிருக்கிறது புது நம்பரா, பழைய நம்பரா?'

'தெரியலிங்களே!'

'அவர் பேரு என்ன சொன்னிங்க?'

'வினாயகம். பாங்கில மேனேஜராக இருக்காரு.'

'கொஞ்சம் இருங்க.' ரிக்ஷாக்காரன் இறங்கி ஒரு வீட்டில் விசாரிக்க, அந்த இளைஞன் வழி சொல்லிக் கொண்டே இருந்தவன் ரிக்ஷாவுக்குள் உட்கார்ந் திருந்த ரத்னாவைப் பார்த்ததும், 'என் பின்னாலேயே வாங்க. நான் காட்டறேன்' என்று மனமுவந்தான்.

‘தாங்க்ஸ்’ என்று சிரித்தாள் ரத்னா. ‘அப்பாடா!’ என்று வீட்டில் நுழைந்ததும் அலுத்துக்கொண்டாள்.

‘எங்கடி! திடீர்னு?’ என்றாள் தனம்.

‘ஒரு இண்டர்வியூவுக்கு வந்தேங்க்கா. அத்தான் எங்கே? தூங்க றாரா? அப்புறம் உங்க வீட்டு விசுவாசி எங்க? அன்பு! அன்பு!’

‘ஷ் கத்தாதே!’ அதைக் கவனியாமல் ரத்னா உள்ளே போய்த் தரையில் படுத்திருந்த அன்பழகனை உலுக்கி எழுப்பினாள்.

‘எழுந்திருய்யா? நான் வந்திருக்கேன். எல்லாரும் ஏன் இப்படித் தூங்கி வழியறீங்க! காபி போட்டுக் கொடுக்க வேண்டாம்.’

அன்பழகன் கண் விழித்தான். ரத்னாவின் முகம் பளிச்சென்று தெரிந்தது. ‘ஹலோ அன்பு’ என்றாள். சிரித்தாள். ‘அட!’ என்று எழுந்தான்.

சட்டென்று அவனுக்கு விழிப்பு கண்டுவிட்டது. ‘எப்ப வந்திங்க ரத்னா!’

‘இதோ இப்பத்தான்! வந்த உடனே உன் கையால ஒரு காபி கிடைக்கும்னுட்டு எதிர்பார்த்தேன். தூங்கி வழியறியே!’

அன்பழகன் தீவிரமானான். ‘ரத்னா, நான் இந்த வீட்டில் இருக்கப் போறதில்லை.’

‘அதெல்லாம் அப்புறம் பேசலாம். நீ வாடி!’

‘ஹலோ ஹலோ! ரத்னாக் கண்ணு! என்ன இது திடீர்னு, கடுதாசி கூடப் போடாம!’ என்றார் வினாயகம்.

‘அத்தான், உங்களுக்கு மக்நெய்ல் கம்பெனியில யாரையாவது தெரியுமா?’

‘மக்நெய்லா? பார்க்கறேன். என்ன விஷயம்?’

‘ஒரு வேலைக்கு இண்டர்வ்யூ?’

‘என்ன வேலை.’

‘ரிஸப்ஷனிஸ்ட் கம் டெலிபோன் ஆப்பரேட்டர்.’

அன்பழகன் மெதுவாக எழுந்து நடந்து பல் தேய்க்கப் போனான்.

‘என்ன? ஆள் ஒரு மாதிரி பேசறாரு.’

'ராத்திரி கோபம். இப்பெல்லாம் அன்பு கொஞ்சம் மாறிக்கிட்டு வர்றான்!'

'எல்லாத்தையும் சரி பண்ணிடலாம். அன்பு! அன்பு! ஒரே ஒரு வேண்டுகோள்' என்று அவனிடம் சென்றாள். நுரையாக 'என்ன' என்றான். கிச்ச கிச்ச என்று பல் தேய்த்துக்கொண்டு.

'நான் இண்டர்வியூக்குப் போறபோது என்கூட வர்றியா துணைக்கு?'

'பார்க்கலாம்.'

'வர்ற நீ! ஏய், பொய்க் கோபம்தானே!'

'இல்லை ரத்னா. நிசமாகவே' என்றான். 'இந்த வீட்டில் எனக்கு...'

வினாயகம், 'வேண்டாம்னா போயிடலாம் அன்பு. உன்னை யாரும் கட்டிப் புடிச்சு வெச்சுக்க விரும்பல!' என்றார்.

தனம், 'இத பாருங்க! சும்மா இருங்க!' என்றாள்.

ரத்னா, 'சண்டையெல்லாம் அப்புறம் போட்டுக்கலாம். எனக் கென்னவோ இன்னிக்கு அன்பு தேவை. என்ன அன்பு? நாளைக்குக் கோவிச்சுக்கலாம். என்ன?' என்று அவனைத் தள்ளிக் கொண்டு, வாஷ் பேசினில் முகம் கழுவினாள். ஒரு தடவை அவளைப் பார்த்தான். ராத்திரி ரயிலில் சரியாகத் தூங்காத கண்கள். அழிந்த பொட்டு, கலைந்த தலை... ஒன்றும் அவளது ஆதாரத் தோற்றத்தின் அழகையும் உற்சாகத்தையும் பாதிக்கவில்லை. தனலட்சுமியின் சின்ன வயசுத் தோற்றத்தைச் சற்றுப் புதுப்பித்த மாதிரி இருந்தாள். குரலிலேயே எட்டு நாள் கோபத்தைச் சாப்பிடக்கூடிய வசீகரம். போதாக்குறைக்குக் கண்கள். அதில் எப்போதும் இருக்கும் புன்னகை. 'நிச்சயம் வேலை கிடைத்துவிடும்' என்றான் அன்பழகன்.

'ஏதோ அதிகாலையில் ஆசீர்வாதம் பண்ற! பார்க்கலாம். அப்ப என்கூட வர்றியா?'

'இன்னிக்கு மட்டும்.'

'இன்னிக்கு மட்டும்! ஏயப்பா, நேத்தி ஏதாவது அடிதடி சண்டை நடந்ததா?'

'ரத்னா, அவரு பெரிய மனுசராய்ட்டாரு! வீட்டை விட்டுப் போறாராம்.'

அன்பழகன் சித்தப்பாவை முறைத்துப்பார்த்தான். 'எல்லாம் நான் சரி பண்றேன். கவலைப்படாதீங்க!' என்றாள் ரத்னா.

அன்பழகனுக்கு ரத்னா இருக்கும்போது அவ்வளவு கோபித்துக் கொள்ளமுடியவில்லை. அதனால், பொதுவாகவே மௌனமாக இருந்தான். காலை காபி போடவில்லை. 'இதோ வருகிறேன்' என்ற செருப்பை மாட்டிக்கொண்டு விருட்டென்று கிளம்பி விட்டான்.

'ஏனக்கா இவன் இப்படி ஆயிட்டான்?'

'நேத்து ராத்திரி சண்டை! ஒரு மாதிரி குடிச்சாப்பல மயக்கமாப் பேசினான். சித்தப்பாவுக்குக் கோபம் வந்துடுச்சி! வீட்டை விட்டு வெளியே போடான்னிட்டாரு.'

'அக்கா, அவனை வீட்டை விட்டு வெளியே போகச் சொல்லிட்டா நீ என்ன செய்வ? யோசிச்சுப் பாரு! அவனை நீங்க நடத்தற விதம் நல்லால்ல. அவன் உங்க ஃபேமிலிக்கு எவ்வளவு ஒத்தாசை.'

'அதாண்டி. எனக்கு அவனை விரட்டறதில் இஷ்டமும் இல்லை. அவங்க ரெண்டு பேரும்தான் சண்டை போட்டுக்கிட்டாங்க!'

'சரி. நான் ஒண்ணு செய்யறேன். ஊருக்குப் போறதுக்குள்ள இவனைச் சமாதானம் பண்ணிடறேன்.'

'எத்தனை நாள் இருப்ப?'

'ஒரு மாசம்! இன்னும் தீர்மானிக்கலை.'

'அப்பா எப்படி இருக்காரு?'

'பரவாயில்லக்கா. சின்னக்காக்குத்தான் உடம்பு நேராவே இல்லை! உன்னைவிட வயசானாப்பல தெரியறாங்க! ஆபரேஷன் பண்ணிக்கக்கான்னு சொன்னா கேக்க மாட்டாங்க.'

'மறுபடியும் உண்டாயிருக்காளா!'

'ஆமக்கா!'

அன்பழகன் தன் வைராக்கியத்தைச் சோதித்துப் பார்ப்பதற்கே, தன் எதிர்ப்பை நடைமுறையாக்குவதற்கே வெளியே வந்திருந்தான். மூலைக் கடைக்குப் போய் ஒரு பெட்டி சிகரெட் வாங்கிக் கொண்டான். 'அந்த வீட்டில பச்சைத் தண்ணி குடிக்க மாட்டேன்

என்று சொல்லிக்கொண்டான். காபி ஓட்டலில் நின்றான். சிகரெட் பற்ற வைத்துக்கொண்டான். தலை வலி விண் விண் என்று தெறித்தது. நேற்றுப் புகைத்த அந்த ஸ்பெஷல் செய்யும் மிச்ச சாகசம். அடேயப்பா! இரண்டு இழுப்பில் இவ்வளவா?

மாணிக்கத்தை மறுபடி பார்க்கவேண்டும். வேலை தருகிறேன் என்று சொல்லியிருக்கிறார். என்ன வேலை? இன்றைக்கு வீட்டுக்குள் நுழையக் கூடாது. ஒரு நாள் நான் இல்லாமல் அவர்கள் தவிக்கட்டும். ஆனால், ரத்னா வந்திருக்கிறாளே! ரத்னாவை நினைத்ததும் அன்பழகனுக்கு வயிற்றுக்குள் என்னவோ செய்தது. அழகான இளமையான பெண்ணின் அருகாமை தன்னுடைய படிப்பற்ற நாதியற்ற நிலைமையை அடிக் கோடிட்டுக் காண்பித்தது. ரத்னாவைப் பற்றி அவனால் கனவுகள்தான் காண முடியும். அவள் படித்தவள். என்னைவிடப் பெரியவள். அழகா னவள். நான் எங்கே. அவள் எங்கே... இருந்தும் சடுதியாக ஒரு கணத்தில் ரத்னாவை அவன்... சே! கெட்ட எண்ணங்கள்...

இன்று மட்டும் வீட்டுக்குத் திரும்பிப் போய் விடலாம். ரத்னா கேட்டுக் கொண்டதன் பேரில்! இன்றைக்குச் சலுகை. நாளை யிலிருந்துதான் வெளியே!

அவன் வீடு திரும்பியபோது ரத்னா புஸ்புஸ் என்று பாய்லரின் கீழே ஊதிக்கொண்டிருந்தாள். பாத்ரூம் முழுக்கப் புகை. கெரஸின் வாசனை.

'விடுங்க ரத்னா. நான் பத்தவைக்கிறேன்.' ஒரு நிமிஷத்தில் பற்ற வைத்தான். கொடியில் அவள் உள் பாவாடை, பாடி எல்லாம் தொங்க, அதுவே அவனைச் சங்கடப்படுத்தியது.

'நான் குளிச்ச கையோட நீயும் குளிச்சிடு! என்ன?'

'சரி. ரத்னா!'

'அதான் நல்ல பிள்ளைக்கு அடையாளம். நேராப் போய் சித்திக்கு ஏதாவது ஒத்தாசை தேவையா, கேட்டுடு.'

'இன்னிக்கு மட்டும் கேக்கறேன்! உங்களுக்காக.'

'சரி. இன்னிக்கு மட்டும் எனக்காக!' என்று சிரித்துத் தன் புடைவையைக் களையத் தொடங்குவது அவனுக்குக் கொஞ்சம் தெரிந்தபின் கதவை மூடினாள்.

எவனோ ஒரு முகம் தெரியாத அன்னியன்மேல் பொறாமை ஏற்பட்டது அவனுக்கு!

இண்டர்வ்யூவுக்காக இருபது பெண்கள் காத்திருந்தார்கள். அந்த இடமே கசகச என்று இருந்தது. 'போச்சுடா! சான்ஸே இல்லை' என்றாள். ஒரு போஸ்ட்டுக்கு இத்தனை பெண்களா?

'உனக்குத்தான் கிடைக்கும் ரத்னா!'

'ஏன்?'

'இவங்க எல்லாருக்குள்ளயும் நீதான்... நீதான்... பளிச்சுனு அழகா இருக்கே!'

'அது மட்டும் போதாது அன்பு!'

பதினைந்தாவதாக அவளைக் கூப்பிட்டார்கள். அன்பழகன் வெளியே காத்திருந்தான். எல்லாப் பெண்களுக்கும் ஐந்து நிமிஷம் என்றால், இவளுக்குப் பதினைந்து நிமிஷமாயிற்று. இன்னும் வெளியே வரவில்லை. அன்பழகனுக்கு அந்த அறைக்குள் இருப்பவர்கள் மேல் எரிச்சலாக வந்தது.

கிழவர்கள் எத்தனை நேரம் ஓர் இளம் பெண்ணுடன் பேசிக் கொண்டிருப்பார்கள். சட்டுப் புட்டென்று வேலை உண்டு, இல்லை என்று சொல்லி அனுப்பக் கூடாதோ! மனசுக்குள் ரத்னாவுக்கு வேலை கிடைக்கக் கூடாது என்று விரும்பினான். வேலை கிடைத்தால் ரத்னா அவனிடமிருந்து இன்னம் தூரப் போய் விடுவாள். ஏற்கெனவே அவன் அடைய முடியாத தூரம்.

யாருக்குத் தெரியும்? காதலுக்கு இந்த வித்தியாசங்கள் எல்லாம் பொருட்டல்ல. எனக்கும் ஒரு வேலை கிடைத்து நாலும் ஆபீஸ் போகத் தொடங்கிவிட்டால்... மாணிக்கத்தை மறுபடி எப்படிப் பார்ப்பேன்.

ரத்னா வெளியே வந்தபோது மலர்ந்த முகத்துடன் வந்தாள்.

'என்ன ஆயிற்று?'

'ஏறக்குறையக் கிடைச்ச மாதிரிதான். சம்பளத்தைப் பத்தித்தான் கருத்து வேறுபாடு.'

'எவ்வளவு சம்பளம்?'

‘அவங்க நானூறு தர்றதாச் சொல்றாங்க. நான் ஐநூற்று அம்பதில் இருக்கேன். மத்யானம் நிச்சயமாச் சொல்றமுன்னாங்க.’

‘சந்தோஷம்.’

‘குரல்லே சந்தோஷமே இல்லையே அன்பு.’

‘சேச்சே! நான் வேற எதையோ நினைச்சுக்கிட்டிருந்தேன்.’

‘வா, காபி சாப்பிடலாம்.’

காபியை உறிஞ்சிக்கொண்டே, ‘அன்பு, நீ உன் மனசிலே என்ன நினைச்சு வெச்சுக்கிட்டிருக்க. அதை என்கிட்டச் சொல்லு... நான் உன்னை விடப் பெரியவள். என்னால முடிஞ்சு அளவுக்கு ஆறதல் சொல்றேன்’ என்றாள்.

‘ரத்னா, எனக்கும் ஒண்ணும் இல்ல! ஏதோ அப்பப்ப ஒரு மாதிரி மூடு அவுட் ஆயிடுவேன். அவ்வளவுதான்.’

‘பின்ன ஏன் காலைல இருந்து உம்முனு இருக்கே! எங்கக்கா ஏதாவது சொல்லிச்சா? அத்தான் திட்டிச்சா? அவுங்கெல்லாம் உறவுக்காரங்க இல்லையா? உரிமை கிடையாதா?’

‘என்ன உறவுக்காரன் மாதிரி அவுங்க நடத்தலையே? வேலைக் காரன் மாதிரின்னா நடத்தறாங்க.’

‘சேச்சே!’

‘எனக்கு என்னவோ அந்த வீட்டில நான் அதிக நாள் தங்க மாட் டேன்னு தோணுது.’

‘நீ இல்லாட்டி அந்த வீடு பாழாப் போய்டும் அன்பு!’

‘அதெல்லாம் வெட்டிப் பேச்சு! ரெண்டு பேரும் சம்பாதிக்கிறாங்க. ஒரு வேலைக்காரனைப் போட்டுக்கிட்டா ஆச்சு!’

மத்யானம் அவர்கள் ஐநூற்று ஐம்பதுக்கு ஒப்புக்கொண்டு விட் டார்கள். ரத்னா மிக்க மகிழ்ச்சியுடன் இருந்தாள். அவன் கையைக் குலுக்கினாள். அவள் கை பட்டதும் ஒரு பெரிய உபரி பாக்கியமாக இருந்தது அன்பழகனுக்கு. எவ்வளவு மெல்லிசான கை! மென்மையான கை. ஆனால், சித்தியின் கை... அவன் கன்னத்தைத் தொட்டபோது, கன்னத்திலிருந்து மெதுவாக மெதுவாக மார்பில் பட்டுத் தன் கையை வசமாக்கிக் கொண்ட போது! ரத்னாவோ ரத்னா இல்லையோ நிச்சயம் வீட்டை விட்டுப் போக வேண்டும்.

ஐந்து

மாணிக்கம் மறுபடி

மாணிக்கம் காத்திருந்தான். ராஜசேகரன் கடைக்கு நடந்து சென்று, 'அந்தப் பய வந்தானா ராஜு?' என்றான்.

'யாருங்க அன்பழகனா?'

'ஆமாம்.'

'வருவான். ஆறரை மணிக்கு சைக்கிளைப் போட்டுக் கிட்டு வருவான்.'

மாணிக்கம் மணி பார்த்தான். 6.15.

'ஏங்க, அவனுக்கு வேலை தர்றதா இருக்கீங்களா?'

'ஆமா.'

'என்ன வேலை?'

'ம்? உங்கிட்ட சொல்லணும் பாரு!'

'ஆளு அவ்வளவு சாமர்த்தியம் போதாதுங்க!'

'அவன் சாமர்த்தியம் யாருக்கு வேணும்! அவன் வந்தா நான் காத்திருந்ததாகச் சொல்லாதே... மறுபடி 6.45க்கு வர்ரேன்!'

‘இதோ பாருங்க வந்துட்டான். கன்னு, நூறு ஆயுசுய்யா உனக்கு! இப்பதான் உன்னைப் பத்திப் பேசிக்கிட்டிருந்தாரு மாணிக்கம்.’

மாணிக்கம் அவனை முறைத்தான். அன்பழகன் மிகவும் சந்தோஷத்துடன், ‘நல்ல வேளை, உங்களை இன்னிக்கு எப்படிப் பார்க்கப் போறேன்னு நேத்து கேட்டு வெச்சுக்கலிங்க! பார்க்க முடியாமப் போய்டுமோன்னு தோணிப் போச்சுங்க’ என்றான்.

‘ராஜசேகரன் கடைல கேட்டாத் தெரியுது... அன்பழகன், நேத்தைக்கு உங்கூடப் பேசறதுக்குச் சமயம் இல்ல. இன்னிக்குத் தான் உன் புது வேலையைப் பத்திப் பேசலாமின்னுட்டு... என் பின்னாடி வா!’ என்றான்.

‘சைனா பஜாருக்குங்களா?’

‘இல்லை. காபி ஓட்டலுக்கு.’

‘சைனா பஜாருக்கு எப்பப் போறதுங்க!’

‘நான் தரேன் வா!’

அந்த ஹோட்டலில் டிபன் சுமாராக இருக்கும். மிகவும் சுறுசுறுப்பான லஸ் முனை. கூட்டம் நிரம்பி வழிந்தது. ஓரத்தில் போய் உட்கார்ந்தார்கள். இரைச்சலான இரைச்சல். நூறு டபராக் களை வென்னீரில் அலம்பும் இரைச்சல். டிராஃபிக் இரைச்சல். பொது மக்கள் சாப்பிடும்போது பேசும் இரைச்சல். ஆர்டர் இரைச்சல். சர்வர் இரைச்சல்... எல்லாவற்றுக்கும் மகுடம் வைத்ததுபோல் ரேடியோ வேறு.

‘இந்த இடம்தான் ரகசியம் பேசறதுக்கு ஏற்ற இடம் கன்னு!’ என்றான் மாணிக்கம். ‘உன்னைக் கன்னுன்னு கூப்பிடலாமில்லை? கோபமில்லையே?’

‘சேச்சே! சொல்லுங்க.’

கன்னத்தில் கை வைத்து மாணிக்கம் சொல்வதைக் கூர்ந்து கவனித்தான் அன்பழகன். மாணிக்கம் போண்டா வரும்வரை காத்திருந்தான். அந்த இரைச்சலில் அவன் சாதாரணக் குரலில் பேசுவதையே மிக அருகே சென்றால்தான் கேட்க முடிந்தது.

‘கன்னு! நாம் ஒரு வேலை செய்யப் போறோம்!’

‘சொல்லுங்க!’

'பாங்கில திருடப் போறோம்.'

'என்னது!'

'உங்க சித்தப்பா பாங்கில!'

'என்னது?' அன்பழகன் ஸ்தம்பித்துவிட்டான்.

மாணிக்கத்தின் கண்களில் விளையாட்டு ஏதும் இல்லை. 'இன்னொரு ப்ளேட் போண்டாப்பா' என்றான். சர்வர் சென்றதும்... 'ரொம்ப எளிமையான திட்டம். மொத்தம் ஒன்பது லட்சம் ரூபாய்!'

'என்னங்க சொல்றீங்க! புரியும்படியாச் சொல்லுங்க! சித்தப்பா பாங்கி... நாம திருடறதா? திருடறதுன்னா சொல்றிங்க!'

'ஆமாம்.'

பயத்துடன் சிரித்து உடனே தப்பிக்கக் காரணம் தேடி, 'நான் நேத்துத்தான் சித்தப்பாகூடச் சண்டை போட்டுக்கிட்டு வீட்டை விட்டு வெளியே போகத் தீர்மானிச்சுட்டேன்' என்றான்.

'என்ன சண்டை?' என்றான் சாதாரணமாகவே.

'என்னை அவங்க ட்ரீட்மெண்ட் பண்றது சரியில்லிங்க.'

'இதப் பார், அதெல்லாம் ஒத்திப் போட்டுடு! இப்ப அதெல்லாம் முக்கியமில்லை. சரியாப் பதினைஞ்சு நாளைக்குள்ள விஷயம் தீர்ந்திடும். இன்னிக்கு என்ன தேதி?'

'பதினாறு!'

'30-ம் தேதி வேலை முடிஞ்சிடும்! நான், நீ ரெண்டே பேரு! ஒன்பது லட்சம். உனக்கு அஞ்சு. எனக்கு நாலு.'

'வேற என்னங்க வேணும்?'

'ரெண்டு காப்பி. பில்லு. அவ்வளவுதாம்பா!'

'கடவுளே, கடவுளே, நீங்க என்ன சொல்றீங்க!'

'அன்பழகன்! கன், நீ உடனே ஆமாம் இல்லைன்னு சொல்ல வேண்டாம். நான் சொல்ற ப்ளானைக் கேளு! அதைப் பத்தி ராத்திரியில யோசனை பண்ணு. அதிகாலையில் தீர்மானம் பண்ணு. 'வேண்டாம், முடியாது. எனக்குத் தைரியமில்ல'ன்னா சரி,

சொல்லிடு. ஆனா இப்பச் சொல்லாதே! இப்ப தீர்மானிக்காதே. நாளைக்குச் சாயங்காலம். தீர யோசிச்ச பிற்பாடு சொல்லு. இப்ப நான் உன்னைக் கேட்டுக்கறது ஒண்ணே ஒண்ணு தான். நான் சொல்ற திட்டத்தைக் கொஞ்சம் செவி சாய்த்துக் கேக்கணும். அவ்வளவுதான். காபி ஆறிடப் போவுது.'

அன்பழகன் சற்று நேரம் மௌனமாக அந்தக் காபியின் ஆடையைப் பார்த்துக்கொண்டிருந்தான்.

'சொல்லுங்க' என்றான்.

'உங்க சித்தப்பா பாங்குக்கு பிராஞ்ச் மானேஜர்தானே?'

'ஆமாங்க!'

'தினம் வீட்டுக்குச் சாவிக் கொத்து கொண்டுட்டு வரார் இல்லை?'

யோசித்து 'ஆமாங்க' என்றான்.

'வர்ற அக்டோபர் ஒண்ணாந் தேதி என்ன கிழமை?'

'தெரியாதுங்க...'

'திங்கட்கிழமை!'

தொடர்ந்து... 'ஒண்ணாந்தேதி என்ன செய்வாங்க?'

'சம்பளம் கொடுப்பாங்க.'

'உங்க சித்தப்பா வேலை செய்யற கிளைக்குப் பக்கத்திலே 'ப்ரிஸிஷன் எலக்ட்ரோ'ன்னு ஒரு கம்பெனி இருக்குது. மொத்தம் இரண்டாயிரத்து எண்ணூறு பேர் வேலை செய்யறாங்க. ஒரு ஆளுக்குச் சராசரி முன்னூத்து அம்பது ரூபாய் சம்பளம்னு வெச்சுக்கிட்டா எவ்வளவு ஆவுது?'

மாணிக்கம் ஓட்டல் பில்லின் பின்புறத்தில் கணக்கு போட்டான். 'ஒன்பது லட்சத்து எண்பதினாயிரம். அட, கொஞ்சம் முன்ன பின்ன வெச்சுக்க. ஒன்பது லட்சம் ஒரே நாளில் பட்டுவாடா ஆறது உங்க சித்தப்பா பிராஞ்சில் இருந்து.'

மாணிக்கம் சற்று நிறுத்திவிட்டுத் தொடர்ந்தான். 'ஒண்ணாந் தேதி பணம் ட்ரா பண்றாங்கன்னா, முத நாளே பாங்கில அந்தப் பணம் இருக்கணுமா வேண்டாமா? முத நாள் என்ன? செப்டம்பர்

முப்பது. ஞாயிற்றுக்கிழமை விடுமுறை. அதனால சனிக்கிழமையே இந்தப் பணம் பாங்கில இருக்கப் போவுது... அன்பு! நீ செய்யவேண்டியது ரெண்டு முக்கியமான காரியம். ஒண்ணு மேல் விவரம்; ரெண்டு சாவிக் கொத்து.'

மாணிக்கம் பேசப் பேச அன்பழகனின் கவனம் அத்தனையும் அவன் வார்த்தைகளில் பதிய, சுவாரஸ்யமான கதை கேட்கும் குழந்தை போல ஆனான்.

'ஒரு நாள், ஒரு முழு தினம் இரண்டு ராத்திரி இருக்கு நமக்கு! நமக்கு வேண்டியது எல்லாம் என்ன? அந்தச் சாவிகளுடைய பிரதி. ஒரு சோப்புத் துண்டில் பதிச்சுக்கிட்டு வந்தாக்கூட போதும். நான் பாக்கியைப் பார்த்துக்கறேன். பதினைஞ்சு நாள் இருக்கு... அப்புறம் அந்தப் பணத்தை எங்க வைக்கிறாங்க? வால்ட்டுக்குள்ளயா? வால்டுக்குள்ளன்னா. அதில் ஏதாவது டைம் ஸ்விட்ச் இருக்குதா. அலாரம் இருக்குதா...'

மாணிக்கத்துக்கு ஒரு வங்கியின் பத்திர சாதனங்களைப் பற்றி ஒரு பிராஞ்சு மானேஜரைவிட அதிகம் தெரிந்திருக்கும்போலத் தோன்றியது.

மிகவும் நிதானமாக அவன் தன் வலையை விரித்தான்.

ஆறு

அன்பழகன் மறுபடி

சாயங்காலம் வீட்டுக்குத் திரும்பும்போது அன்பழகன் மண்டைக்குள் சுற்றியது. முதல் நாள் சமாசாரத்தில் இருந்து முற்றிலும் வேறுபட்ட எண்ணங்கள்.

மாணிக்கத்தின் திட்டத்தைக் கேட்டவுடன் அவனுக்கு முதலில் ஏற்பட்டது பயம். மாணிக்கம் மெதுவாகத் திட்டத்தின் ஒவ்வொரு பகுதியாக வெளியிட, இது சாத்தியம் போல இருக்கிறதே என்று தோன்றியது.

இருந்தும் அவ்வளவு பெரிய குற்றம் செய்ய அவனுக்குத் தைரியமில்லை. அவன் இதுவரை செய்த குற்றம் எல்லாம் பத்துப் பைசாவுக்கும் அஞ்சு பைசாவுக்கும் சொன்ன பொய்களே!

அன்பு! அது ஒன்றுதானா நீ இதுவரை செய்த குற்றம்? இல்லை. இல்லை. மற்றொன்று! ஆனால், அது வேறு குற்றம். ஆனால் பாங்கில் திருடுவது? அகப்பட்டால் எத்தனை வருஷம்! ஏழு? எட்டு?

நீ இப்பவே சொல்லாதே! யோசிச்சு நாளைக்கு மாலையிலே சொல்லு.

ம்ஹூம். நான் தீர்மானித்துவிட்டேன். இப்போதே தீர்மானித்து விட்டேன். நான் அதைச் செய்யப் போவதில்லை. எனக்குப் பணம் வேண்டும்தான். ஆனால், அஞ்சு லட்சம் வேண்டாம். அஞ்சு லட்சத்தை என்ன செய்வது என்றே தெரியாது. நான் செய்ய மாட்டேன்!

எவ்வளவு சுலபமான காரியம் பாரு அன்பு! ஒரு சோப்பை எடுத்துக்க. கொஞ்சம் அதை நனைச்சு ஸாஃப்ட்டா பண்ணிக்க. ஒரு சோப்புக்கு ஒரு சாவி. அதை அதிலே அழுத்து. பிரதிகளை எனக்கு கொடுத்துடு! போதும். அப்புறம்தான் சொன்னேனே...

முடியாது. முடியாது...

வீட்டுக்குள் நுழைந்ததும் சித்தப்பாவைப் பார்த்துத் திடுக்கிட்டான். அப்போதுதான் பாங்கிலிருந்து வந்திருக்கிறார். அவர் அவனைப் பார்க்கிற பார்வையிலேயே குற்றம் சாட்டுதல் இருக்கிறதா என்ன? மாணிக்கத்துடன் பேசினதே குற்றமா? சதியா?

‘என்ன துரை, திரும்பி வந்துட்டாப்பலயா? காலைல விரைச்சுக் கிட்டுப் போனியே. இருட்டினதும் திரும்பிட்டியே!’

‘அத்தான்! சும்மா இருங்க!’ என்று அவர் பின் ரத்னாவின் குரல் கேட்டது.

‘நேத்து ராத்திரி என்ன ரஃப்பா பேசினான் தெரியுமா?’

‘சித்தப்பா, இதப் பாருங்க. எனக்குப் பதினைஞ்சு நாள் டயம் கொடுங்க! நான் எனக்கு ஒரு வழி பண்ணிக்கிடறேன்!’

பதினைஞ்சு நாள்! மாணிக்கத்தின் பதினைஞ்சு நாள். அவனை அறியாமலேயே அவன் உள்ளத்தில் அந்தப் பதினைந்து நாள் படிந்திருக்கிறது! கடவுளே! வேண்டாம்! நான் செய்ய மாட்டேன்!

‘ரத்னா, இந்தச் சாவிக்கொத்தை எடுத்து காத்ரெஜ் பீரோவுக்குள்ள வெச்சுடும்மா!’

ரத்னா அந்தச் சாவிக்கொத்தை வாங்கிக்கொள்ள அதை முதலில் பார்த்தான். தினம் தினம் சித்தப்பா அந்தக் கொத்தை எடுத்து வைப்பதைப் பார்த்திருக்கிறான்.

இன்று வித்தியாசமாகப் பார்க்கிறான். மொத்தம் ஆறு சாவிகள் இருக்கின்றன.

'காத்ரெஜ் சாவி எங்க இருக்குது அத்தான்!'

'சுவத்தில ஆணில மாட்டியிருக்கும்...'

ரத்னா அந்தச் சாவிக் கொத்தைத் தூக்கிப் பிடித்தாள். ஜல் என்றது. 'குடு ரத்னா. நான் எடுத்து வைக்கிறேன்!' என்றான்.

'தட்ஸ் தி ஸ்பிரிட் அன்பு! சமாதானமாயிருச்சில்லா?'

'தினம் தினம் அவன்தானே எடுத்து வெச்சுக்கிட்டிருந்தான்!'

'கொடு சாவியை!' என்று அதைப் பிடுங்கிக்கொண்டான். காத்ரெஜ் அலமாரியைத் திறக்கும்போது சற்றுத் தயங்கினான். வைக்கிற மாதிரி பாவனை செய்து... வேண்டாம்... விலகு சைத்தானே விலகு! சாவிக்கொத்தைப் பத்திரமாக வைத்துப் பூட்டி விட்டுத் தன் அறைக்கு வந்து சேர்ந்தான். அவன் கைகள் நடுங்கின. பாத்ரூமுக்குச் சென்று பச்சைத் தண்ணீரை முகத்தில் அடித்துக் கழுவிக்கொண்டு, துடைத்துக்கொண்டு பூஜை அறைக்குச் சென்று நெற்றியில் திருநீறு ஒரு விரல் தொட்டுக் கொண்டு, அறைக்குத் திரும்பி வந்து படித்தான்.

> மனமெனும் பெண்ணே! வாழி நீ கேளாய்!
> ஒன்றையே பற்றி ஊசலாடுவாய்
> அடுத்ததை நோக்கி அடுத்தடுத் துலாவுவாய்
> விட்டுவிடென்பதை விடாது போய் விழுவாய்
> தொட்டதை மீள மீளவும் தொடுவாய்.

'என்ன படிக்கிறே அன்பு?'

'பாரதி! எனக்கு மனசு கலங்கி இருக்கிறபோதெல்லாம் படிப் பேன்!'

> புதியது காணில் புலனழிந்திடுவாய்
> புதியது விரும்புவாய் புதியதை அஞ்சுவாய்!

'இத பாரு. பாரதியெல்லாம் மூட்டை கட்டி வெச்சுட்டு வா. 'ஆறிலிருந்து அறுபது' போய் வரலாம்! அக்கா நேத்திக்கே போய்ட்டு வரணும்னாங்களாமே! நீதான் கூட்டிட்டுப் போக மாட்டேன்னுட்டியாம்!'

'எனக்கு சினிமாவில் இண்ட்ரஸ்ட் இல்லைங்க ரத்னா!'

'பின்ன எதிலதான்!'

எதில்?

'சரி வரேன்' என்றான். 'ஆனா ஒரு கண்டிஷன்.'

'என்ன?'

'நான்தான் டிக்கெட்டுக்குப் பணம் கொடுப்பேன்.'

'தாராளமா! நான் ஐஸ்கிரீம் வாங்கித் தரேன். இன்னிக்கு எனக்கு வேலை கிடைச்சிருக்கு.'

'உனக்கு எப்பவும் வேலை கிடைக்கும் ரத்னா!'

'எப்படிச் சொல்ற?'

'அத்தனை பெண்ணுங்க இருந்தாங்க. நீங்க ஒருத்திதான்...'

'முன்னயே சொல்லிட்ட.'

'ரத்னா, உங்ககிட்ட ஒரு ரகசியம் சொன்னா, மனசுக்குள் வெச்சுப்பிங்களா?'

'வேற ஒருத்தர்கிட்ட சொல்லாட்டா என் மண்டை வெடிச்சுடும்! சொல்லு!'

'வேண்டாம். அப்புறம் சொல்றேன்!' தனம் வந்தாள். 'எல்லாம் சமாதானமாயிடுச்சு. நம்ம எல்லாரையும் கூட்டிக்கிட்டு அவனே டிக்கெட்டுக்குப் பணம் கொடுத்து சினிமாவுக்குப் போகப் போறான்!'

ரஜினிகாந்தை அவனுக்குப் பிடிக்கும். கதையில் நிறைய அழுகை இருந்தது. தனம் விசித்து விசித்து அழுதாள். ஓரத்தில் தனம். அப்புறம் ரத்னா. அப்புறம் அன்பழகன் என்று உட்கார்ந்திருந்தார்கள். ஒருமுறை அவள் கை அவன் கைமேல் அகஸ்மாத்தாகப் பட்டது. பட்டவுடன் விலகாமல் சற்று நேரம் கழித்துத்தான் விலகியது. அன்பழகனுக்குப் படத்தில் கவனம் போய்விட்டது. அவளைப் பக்கவாட்டில் பார்த்தான். திரை வெளிச்சம் அவள் கண்களில் வெளிச்சமாகப் பட, 'தற்செயலான காரியம்தான் அது. எத்தனை ஆர்வமாகச் சினிமா பார்த்துக் கொண்டிருக்கிறாள். இயல்பாகத்தான் கை பட்டிருக்கிறது.' மெதுவாக மிகவும்

திட்டமிட்டு அவன் தன் கையை அவள் மார்பின் ஓரத்தில் பட வைத்தான். தொட்டான். சட்டென்று சினிமா பார்ப்பதை நிறுத்தி, அவனைப் பார்த்தாள். அவன் அசட்டுத்தனமாகச் சிரித்தான். மெல்ல அவன் காதருகில் வந்து, 'அன்பு! இன்னொரு முறை அந்த மாதிரி செய்யாதே, ப்ளீஸ்!' என்றாள். திடீரென்று குண்டடிபட்டு விழுந்த பறவையைப்போல உணர்ந்தான்.

வீட்டுக்குத் திரும்ப வந்தபோது மணி ஒன்றரை. சித்தியும் ரத்னாவும் கூடத்தில் படுத்துக்கொண்டு உடனே தூங்கிப் போய் விட்டார்கள். சித்தப்பா தன் அறையில் படுத்திருந்தார். பாத்ரூம் போவதற்கு காத்ரெஜ் அலமாரியைக் கடந்து செல்ல வேண்டியி ருந்தது. சுவர்க் கடிகாரம் மட்டும் டிக் டிக் என்று ஒலித்துக் கொண் டிருக்க ஆணியில் தொங்கிய சாவியைப் பார்த்தான். எவ்வளவு சுலபம்! ஒன்பது லட்சம்.

இந்தச் சாவியை எடுக்கவேண்டியது. ஓசைப்படாமல் காத்ரெஜ் அலமாரியைத் திறக்கவேண்டியது. அதிலிருந்து கொத்துச் சாவியை எடுத்து ஒரு பிரதி! மிகச் சுலபம். இருமல் சப்தம் கேட்டது. பாத்ரூமை நோக்கி நடந்தான்.

எனக்கு ஒரு நாளும் அந்தத் தைரியம் வராது... நான் ஜென்மம் பூரா இந்த வீட்டில் சேவகம் பண்ணிக்கொண்டு கிடக்கப் போகிறவன். வீட்டை விட்டு வெளியே போகத் தைரியம் இல்லை. ஒன்பது லட்சம் திருடுவதா! என் போன்ற தொடை நடுங்கியா? இருந்தும்... இருந்தும்... ஒரு நாளைக்கு, ஒரே ஒரு நாளைக்குக் கொஞ்சம் மூர்க்கத்தனம் காட்டினால் என்ன?

'மாணிக்கம்! திருடறது பாவமில்லியா? ஒன்பது லட்சம் நஷ்டப்பட மாட்டார்களா! அந்த ஃபாக்டரியிலே வேலை செய்யறவங்களுக்கு முதல் தேதி சம்பளம் கிடைக்கலைன்னா எவ்வளவு குடும்பங்கள் தவிக்கப்போவுது.'

மாணிக்கம் தலையில் அடித்துக்கொண்டு 'ஐய்யோ! நாம் திருடப்போறது ஃபாக்டரியில் இல்லை கன்னு! பாங்கிலே! ஞாயிற்றுக்கிழமை! விடியற்காலையில்!'

'அப்ப நஷ்டப்படப் போறது யாரு?'

'பாங்குதான்!'

'பாங்குதான்னா அதில் பணம் போட்டவங்களா?'

'அவங்களும் இல்லை. பாங்கு! இதப் பாரு. இந்த ஒன்பது லட்சம் ஒரு தூசுப் பெறுமானம் பாங்குக்கு. ஜனங்க கிட்டயிருந்து பணம் வாங்கி இந்த நிதி, அந்த நிதின்னு ஏமாத்தி அவங்களை டெபாஸிட் பண்ணவெச்சு இருக்கிற சினிமாக்காரங்களுக்கு எல்லாம் ஓவர் டிராஃப்ட் கொடுத்து... சொன்னால் புரியாது உனக்கு. இதில் நிதிப் பிரச்சினை, நேர்மைப் பிரச்சினை எதுவும் கிடையாது. சாமர்த்தியம். அவ்வளவுதான். நாம சாமர்த்தியமா? அந்தப் பாங்குக்காரங்க சாமர்த்தியமா! அவ்வளவுதான்.'

'போலீஸ்?'

'போலீசுக்கு இதில் ஒண்ணுமே கண்டுபிடிக்க முடியாது. நம்ம திட்டப்படி எல்லாம் நடந்து, நீ எங்கேயும் போகப் போறதில்லை. திருடன் திருடிட்டு எங்கே போவான்? ஓடிப் போவான். அண்டை மாநிலத்துக்கு, வேற தேசத்துக்கு. அப்படி இல்லையே. ஊரை விட்டு, பேட்டையை விட்டுட்டுக்கூட விலகப் போறதில்லையே! எப்படிச் சந்தேகம் வரும்! என்னை யாராவது பார்த்தா திருடன்னு சொல்லுவாங்களா! நாம திருடறதை ஒரு ஆள் பார்க்கப் போறதில்லை. அப்படியே சுளையா எடுத்துக்கப் போறோம்! முதல்ல எனக்கு அந்த வால்ட்டைப் பத்தி விவரங்களை மட்டும் கொண்டு வந்துடு. அப்புறம் சோப்பு! அவ்வளவுதான் கன்னு!'

இருட்டில் பெரிசாக விழித்துக்கொண்டு அத்தனையும் அசை போட்டான். வேண்டாம். இப்போதே தீர்மானிக்க வேண்டாம். நாளை மாலை வரை சமயம் இருக்கிறதே! இதில் தீர்மானிக்க என்ன? முடியாது! அவ்வளவுதான். சொல்லிவிட வேண்டியது தான். இல்லை. யோசித்துப் பார்க்கலாம். முதலில் தூங்கலாம்.

ரத்னா மெலிதாக, ஆனால் அழுத்தமாக 'இன்னொரு முறை அந்த மாதிரிச் செய்யாதே!' என்று சொன்னது நினைவுக்கு வந்தது. என்னிடம் மட்டும் அஞ்சு லட்சம் இருந்தால் அப்படிச் சொல்லியிருப்பாளா? கையை எடுத்து மார்பில் வைத்துக் கொண்டிருப்பாள்.

அன்பழகன்! என்ன பெயர் இது. அதிர்ஷ்டம் கெட்ட பெயர். வாழ்க்கையில் அன்பும் இல்லாமல் அழகும் இல்லாமல் ஏங்குகிறவனுக்கு அன்பழகன்! பெயரை மாற்றி அசோக்குமார் என்று வைத்துக் கொள்ள வேண்டும்.

'அசோக்! ஓ மை டியர் அசோக்!'

‘ரத்னா, ஓ மை டியர் ரத்னா! இதைப் பாத்தியா?’

‘மை... காட்! நிஜமாவே ரத்தினம்!’

‘ரத்தினாவுக்கு ரத்தினம்!’

‘விடுங்க. யாராவது பாத்துடுவாங்க!’

அவள் மார்பின் சட்டைப் பித்தான்களை ஒவ்வொன்றாகக் கழற்றி அவள் உள்ளாடைகளை விலக்கி இங்கே தன் முகத்தை மெத்தென்று பதித்தான். நிமிர்ந்தான்.

‘ரத்னா! ரத்னா!’

‘நான் ரத்னா இல்லே!’ என்றது அந்தப் பரிச்சயமான குரல்.

மற்றொரு முகம். மற்றொரு மார்பு. திடுக்கிட்டு விழித்தான். ஒன்பது லட்சம் கிடைத்தால் இமயத்தின் மடியில் கங்கை நதியில் மாசு போகக் குளித்துவிட்டு வரவேண்டும்.

காலை எழுந்தபோது அன்பழகன் பரிபூரணமாகத் தன் பழைய வாழ்க்கைக்குத் திரும்பிவிட்டான். காபி போட்டான். வென்னீர் அடுப்பு பற்றவைத்தான். மார்க்கெட்டுக்குப் போய்க் காய்கறி வாங்கி வந்தான். அவனிடம் எந்தவிதமான சலனமும் இல்லை. சித்தப்பா அவனைப் பார்த்து, ‘என்னது அதிசயம்!’ என்றார்.

‘என்ன சித்தப்பா?’ என்றான்.

‘நீ வீட்டை விட்டுப் போறதா இல்லியா?’

‘இல்லிங்க சித்தப்பா!’

‘புத்தி வந்துருச்சா?’ என்றார்.

‘ஆமாம்’ என்றான். புத்தி இல்லை; தீர்மானம். வைராக்கியம் வந்து விட்டது. அன்புள்ள சித்தப்பா. நான் தீர்மானித்து விட்டேன். மெல்ல உங்களிடமிருந்து விவரங்களைப் பெற வேண்டும். இந்தச் சந்தர்ப்பத்தில் உங்களுடன் விரோதித்துக் கொள்ள எனக்கு விருப்பமில்லை. இன்னும் பதினைந்து நாட்களுக்கு உங்கள் சினேகிதம் எனக்கு வேண்டும். அவசியம் வேண்டும்.

‘சித்தப்பா ஒரு விஷயம்!’

'என்ன?'

'இன்னிக்கு மத்யானம் நான் உங்க பாங்குக்கு வரட்டுமா?'

'எதுக்கு?'

'என் ஃப்ரெண்ட் ஒருத்தர் சில விவரங்கள் எல்லாம் கேட்டு வரச் சொன்னார்! ஒரு இண்டஸ்ட்ரி ஆரம்பிக்கிறோம்.'

'நிச்சயம் வா. எனக்குத் தெரிஞ்சதைச் சொல்றேன். உன் ஃப்ரெண்டையும் அழைச்சுக்கிட்டு வாயேன்!'

'நான் மட்டும் முதல்ல வர்றேன் சித்தப்பா!'

இன்னும்கூட அவன் தீர்மானிக்கவில்லை. இப்போதுகூட நினைத்தால் எல்லாவற்றையும் ரத்து செய்துவிட்டு மாணிக்கத்துக்கு டாட்டா சொல்லிவிடலாம். இருந்தும் மாணிக்கம் சொல்லிக் கொடுத்தவாறே, இப்போதிலிருந்தே நடந்துகொள்ள ஆரம்பித்து விட்டான். 'முதல்ல என்ன செய்றே, உங்க சித்தப்பாகூடச் சமாதானமாயிரு. அப்புறம், 'உங்க பாங்குக்கு ஒரு தடவை வர்றேன் சித்தப்பா!'ன்னு சொல்லு. 'எதுக்குடா?'ன்னு கேப்பார். தயங்காம யோசிக்காம, 'என் நண்பர் ஒருத்தர் புதுசா ஒரு இண்டஸ்ட்ரி ஆரம்பிக்க விரும்புறார். அதுக்காகச் சில விவரங்கள் தெரிஞ்சுக்க'ன்னு சொல்லு. என்ன?'

ஆம். செயல்படுத்தத் தொடங்கிவிட்டான்.

ஏழு

வங்கி

அடையாற்றுப் பாலம் தாண்டியபின் இரண்டு மூன்று மைல் சென்று பஸ்ஸிலிருந்து இறங்கி அங்கிருந்து மேலும் ஒரு மைல் நடந்து, அங்கே புதிதாகத் தொடங்கிய தொழிற்பேட்டையின் விளிம்பில் இருந்தது பாங்க். சின்ன கச்சிதமான அரை வட்ட வடிவக் கட்டிடம். எல்லாமே புதிதாக இருந்தது. கான்க்ரிட் புதிது. ரோடு புதிது. சைக்கிள் ஸ்டாண்ட், மலர்த் தொட்டிகள், சுண்ணாம்பு எல்லாம் நவீனமாகத் தான் கட்டடப்பட்டிருந்தன. கண்ணாடிக் கதவுகளும் ஏராளம். வாசலில் ஒருவன் கரும்பச்சை நிறத்தில் சட்டை அணிந்து, ஒரு துப்பாக்கி வைத்திருந்தான். அவனைப் பார்த்தால் பயப்படும்படியாக இல்லை. ஒல்லியாக இருந்தான். உள்ளே இடது கோடியில் 'டெல்லர்' என்று எழுதி ஒரு கூண்டு. சேவிங்க்ஸ் அக்கவுண்டுகளுக்கு ஒரு கவுண்ட்டர். கரண்ட் அக்கவுண்டுக்கு ஒரு கவுண்ட்டர். வலது போர்டு. ஓரத்தில், 'ஏ.எஸ். வினாயகம், மானேஜர்' என்று போர்டு.

அறைக்குள் வினாயகம் உட்கார்ந்திருந்தார். நல்ல காற்றோட்டமான வெளிச்சமான அறை. இரண்டு

மூன்று நெட்டையான காத்ரெஜ் பீரோக்கள் இருந்தன. அந்தப் பக்கம் புத்தக அலமாரி. சுவரில் ஒரு இரும்புப் பெட்டி புதைக்கப் பட்டிருந்தது. அதில் இரண்டு மூன்று சாவித் துவாரங்கள் இருப்பதைப் பார்த்தான். அறை வாசலில் ஒரு சிவப்பு பல்பு இருப்பதைப் பார்த்தான்.

அவன் சென்றபோது சித்தப்பா டெலிபோனில் பேசிக் கொண்டிருந்தார். 'உங்களுக்கு இல்லாதயா? எப்ப வேணும்னாலும் வாங்க' என்றார். அன்பழகனைக் கண்ணால் உட்காரச் சொன்னார். உட்கார்ந்தான். பின்புறம் ஜன்னலுக்கு வெளியே கடல் தெரிந்தது. சுவரில் பாங்கின் ஸ்தாபகர் ஆர். கிருஷ்ணசாமி முதலியாரின் போட்டோ. தோற்றம் - மறைவு... சுவரில் கண்ணாடிப் பெட்டிக்குள் ஆணி அடித்து சாவி, சாவி, சாவி... வெளிப்புறத்தில் ஒரு பெண் டைப் அடித்துக் கொண்டிருந்தாள்.

'வெச்சிறட்டுங்களா?' என்று டெலிபோனை வைத்துவிட்டு 'சொல்லு! கோபம் எல்லாம் தீர்ந்துபோச்சு, இல்லை?' என்றார் சித்தப்பா.

'ம்' என்றான் நகத்தைப் பார்த்துக்கொண்டே.

'என்னவோ கேக்கணும்னியே?'

'அதான் சித்தப்பா. என் நண்பன்... ஒரு இண்டஸ்ட்ரி ஆரம்பிக்க ணும்னான்?'

'சரி அதுக்கு?'

என்ன சொன்னான் மாணிக்கம்! அ கடன்...

'கடன் உதவி ஏதாவது கிடைக்குமான்னு கேட்டுட்டு வரச் சொன்னான்.'

'கேம்பஸ்ல யூனிட் இருக்குதா அவருக்கு?'

என்ன கேட்கிறார்? 'தெரியாது சித்தப்பா!'

'இந்த கேம்பஸ்ல யூனிட் இருந்தாக் கிடைக்கும்னு சொல்லு. அதுக்குத்தானே நாங்க இங்கு கொண்டு பொட்டல் காட்டில் பாங்க் வெச்சிருக்கோம்! புரியுதா! இதைப் போய்ச் சொல்லு உன் நண்பன்கிட்ட. யாரு உன் நண்பன். பேர் என்ன?'

'மா...தவன்!'

'இதப் பார். இந்தப் புஸ்தகத்தில் எல்லாம் அச்சடிச்சு வெச்சிருக் கோம். இத உன் ப்ரெண்டுகிட்ட கொடு. இதுக்கப்புறம் ஏதாவது சந்தேகம் இருந்தா, அவரே என்னை வந்து பார்க்கலாம்னு சொல்லு.'

'சரி சித்தப்பா!' அன்பழகன் இயல்பாகச் சுற்றும் முற்றும் பார்த் தான். 'அப்பா! எவ்வளவு பெரிய இரும்புப் பெட்டி!' என்றான்.

'இதிலதானே எல்லாப் பணமும் இருக்கு?'

'அதென்ன சித்தப்பா, சிவப்பு விளக்கு?'

'அது வந்து சாயங்காலம் பூட்டிக்கிட்டு வர்றனில்ல எல்லாத் தையும்? அப்ப அதுக்கு உண்டான ஸ்விட்சையும் போட்டுட்டு வந்துர்றது. யாராவது இந்த இரும்புப் பெட்டிக் கதவைத் திறந்தா சிவப்பு விளக்கு எரியும். பெரிசா மணியடிக்கும்! பக்கத்தில் போலீஸ் அவுட்போஸ்ட்டு இருக்குது. அதுக்கும் கனெக்ஷன் குடுத்து வெச்சிருக்கம். அங்கயும் சத்தம் போடும்!'

'கூட்டமே இல்லியே! சின்ன பாங்குதானே! அதுக்கு இவ்வளவு பந்தோபஸ்தா!'

'கேஷ் ஜாஸ்தி புரளுதில்ல. பக்கத்தில் இருக்கிற ஃபாக்டரிங்க எல்லாம் நம்மகிட்டதானே கணக்கு வெச்சிருக்காங்க! சம்பளப் பணமாவே மாசக் கடைசியில் மொத்தம் பன்னண்டரை பதிமூணு லட்சம் வரைக்கும் புரளுது. அதுக்காகத்தான் இவ்வளவு கான்க்ரிட்டு, இவ்வளவு பெரிய இரும்புப் பெட்டி! இவ்வளவு பந்தோபஸ்து!'

'கரண்டு போச்சுன்னா என்ன ஆகும்?'

'அதுக்குத் தனியா பாட்டரி இருக்குது! எல்லாம் பத்திரமாத்தான் வெச்சிருக்கம்!'

கண்ணாடி அணிந்த ஒருத்தர் சிவப்புச் சிவப்பாக நிறைய லெட்ஜர்களுடன் வந்து, 'சார் சாவி' என்றார். சித்தப்பாவிட மிருந்து சாவிக் கொத்தை வாங்கி, அந்த இரும்புப் பெட்டியைத் திறந்தார்.

'இப்ப மணி அடிக்கலியே!' என்றான்.

'அலாரம் பைபாஸ் பண்ணி வைச்சிருக்கேன். சாயங்காலம்தான் அதை ஆன் பண்ணுவோம். நீ உன் ஃப்ரெண்டை எதுக்கும் கூப்பிட்டுட்டு வா.'

அன்பழகன் கிளம்பும்போது சமாதானக் கொடி காட்டினான். 'சித்தப்பா, நான் ஏதாவது நேத்து தப்பா சொல்லியிருந்தன்னா மன்னிச்சுக்கங்க! உங்ககூட இருக்கிறதில்தான் எனக்கு வாழ்வு.'

'பரவாயில்லை. நான் இதெல்லாம் மனசில வெச்சுக்கறதில்லை. ஆஃப்டர் ஆல் நாம உறவுக்காரங்க இல்லியா! போயிட்டு வா அன்பு!'

அவசியம்தான். அவருக்கு இந்தப் பதினைந்து தினங்களில் சந்தேகம் எதுவும் ஏற்படக் கூடாது. இன்றைக்கு நான் கேட்டதுகூட அதிகமோ? சந்தேகம் ஏற்படுமோ? ம்ஹூம் என்னையா! அப்பாவி அன்பழகனையா? யாரும் சந்தேகிக்க மாட்டார்கள். மாணிக்கத்தின் திட்டத்தின் எளிய சிக்கல் இல்லாத தன்மை அவனைக் கவர்ந்தது... ஆனால்? அவன்தான் இன்னம் தீர்மானிக்கவில்லையே! எந்தக் கணமும் அவன் வாபஸ்!

வீட்டுக்குத் திரும்பவில்லை. லஸ் முனைக்குச் சென்றான். ராஜ சேகரன் பூட்டியிருந்தான். காமதேனுவில் ஒரு தமிழ்ப் படத்தில் போய் உட்கார்ந்துகொண்டான். தூங்கிப் போனான்.

எட்டு

திட்டம்

'சபாஷ்! அப்ப நீ ஒப்புத்துக்கற!'

'இல்லை மாணிக்கம். இன்னும் இல்லை!'

'மறுபடி பயமா? இதப் பாரு அன்பு, எல்லாருக்கும் வாழ்க்கையில் ஒரே சான்ஸ்தான் வரும். ஒரு காதல், ஒரு கல்யாணம், ஒரு திருட்டு...'

'நீங்க அந்த இரும்புப் பெட்டியைப் பார்க்கணும்!'

'நாம என்ன இரும்புப் பெட்டியை வெடி வெச்சுத் திறக்கப் போறமா? அதுக்கு உண்டான சாவியைப் போட்டு, பூ கணக்கால்ல திறக்கப் போறோம்...'

'கதவைத் திறந்த உடனேயே போலீஸ் அவுட் போஸ்ட்ல மணி அடிக்கும்!'

'அதில்தான் தம்பி சிக்கல்! நீ எப்படியாவது இன்னொரு விஷயம் கண்டுபிடிச்சிட்டு வரணும்! அந்த பைபாஸ் சொல்றாரு பாரு உங்க சித்தப்பா. அதுக்கு உண்டான ஸ்விட்ச் எங்க இருக்குன்னு எப்படி யாவது விசாரிச்சுக் கண்டுபிடிக்கணும்.'

‘சந்தேகப்படுவார்!’

‘இந்த ரிஸ்க் எடுத்துத்தான் ஆகணும். மேலும் சந்தேகப் படறதுக்கு நாம எந்த ஆதாரமும் வெக்கப் போறதில்லியே! நீ ஊரை விட்டு ஓடப் போறியா! இல்லியே! இங்கேயேதானே இருக்கப் போறே. உன்னைப் பத்தி நினைக்கக்கூட மாட்டாங்க!’

‘மாணிக்கம். சாவிக்குப் பிரதி எடுக்கறதுக்கு எத்தனை நாள் ஆகும்?’

‘பத்து நாளில் செய்தாகணும். இந்தச் சந்தர்ப்பத்தை நழுவ விட்டா முதல் தேதி திங்கக் கிழமையா அடுத்த ஏப்ரல்தான் வருது. நீ பிரதி மட்டும் சோப்பில் எடுத்துக்கிட்டு வந்துரு. நான் பாக்கியைப் பார்த்துக்கறேன்...’

‘ஒண்ணு செய்யலாமே, சனிக்கிழமை ராத்திரி சாவிக் கொத்தையே எடுத்துட்டு வந்துர்றனே!’

‘முட்டாள்தனம். வீட்டில் இருந்த சாவிக் கொத்து காணாமல் போயிருச்சுன்னா, முதல்ல வீட்டில உள்ளவங்களைத்தானே சந்தேகப்படுவாங்க? இதப் பார் அன்பு. நான் ரொம்ப வருஷமா யோசிச்சு வெச்சுக்கிட்டிருந்த ப்ளான் இது. முதல்ல பாங்க்கு... ஒதுக்குப்புறமா அதிக பத்திரமில்லாததா புதுசா இருக்கணும். அடுத்து பணம். குறைஞ்சது பத்து லட்சமாவது புரளணும். இவ்வளவு முயற்சிக்கு உண்டான பலன் வேண்டாமா? அப்புறம் உடைக்கிறது, வெடி வெக்கிறது எதுவும் கூடாது. சாவி போட்டுத் திறக்கணும். அவசரமே கூடாது. சனிக்கிழமை ராத்திரி பூரா இருக்குது. ஏதும் தப்பிதமா நிகழ்ந்து போச்சுன்னா ஞாயிற்றுக் கிழமை ஒரு போனஸ்! ஓடிப் போற சமாசாரம் கிடையாது. ஊருக்குள்ளேயேதான் இருக்கப்போற நீ.’

‘அந்த வாட்ச்மேன்? அவன் என்னைப் பார்த்திருக்கானே மாணிக்கம்!’

‘அதை நான் கவனிச்சுக்கறேன்!’

‘என்ன செய்விங்க. கொலை கிலைன்னா நான் வரலை!’

‘சேச்சே! அதெல்லாம் அனாவசிய ரத்தமும் கிடையாது...’

‘அவசியமா இருந்தா?’

‘ரத்தம் சிந்தித்தான் ஆகணும். ரொம்ப அவசியம்னா!’

‘என்னை விட்டுடுங்க. எனக்கு ஒரு துளி ரத்தம்கூட ஆகாது!’

‘இப்ப யார் சொன்னாங்க, ரத்தம் சிந்தப் போறதுன்னு! வாட்ச்மேனைப் பத்தி நீ கவலைப்படாதே! நான் கவனிச்சுக்கறேன்... வாட்ச்மேன் சங்கதி லோ!’

‘எனக்கென்னவோ கொன்னு கின்னு வெச்சுருவீங்களோன்னுட்டு...’

‘அடாடாடாடா! அதெல்லாம் தேவையில்லை கன்னா. நீ உன் பங்குக்குச் செய்யவேண்டியதைச் செய்துரு. அது போதும். சின்னச் சின்னதா சோப்புக் கட்டியிலே அந்தச் சாவிகளுடைய பிரதி. அதான் நீ செய்யவேண்டியது. அப்புறம் அந்த அலாரத்தை வாயடைக்கிறதுக்கு ஸ்விட்சு எங்கன்னு தெரிஞ்சுக்கவேண்டியது சரியா?’

‘பார்க்கலாங்க.’

‘பார்க்கலாம்னு சொல்லாதே. செய்றேன்னு சொல்லு.’

‘செய்யறங்க’ என்றான் தயக்கத்துடன். இன்னும் அவனுக்குப் பயமாகத்தான் இருந்தது. அந்த வாட்ச்மேனை என்ன செய்யப் போகிறான் என்று பயமாகத்தான் இருந்தது. கொலை செய்யத் தான் யோசிக்கிறான். என்னிடம் சொல்ல மறுக்கிறான். கொலை பெரிய குற்றம். வேண்டாம். இதில் ஆரம்பித்ததே தப்பு... ராப் பகலாக பாங்கில் காவல்காரன் இருக்கிறான். அவனை என்ன செய்வது என்பது இன்னும் தீர்மானிக்காதபோது திட்டம் குறையுள்ளது...

‘மாணிக்கம்! என்னை விட்டுடுங்க! நான் வரலை. உங்களோட சகவாசம் இதோட சரி. எனக்கு இவ்வளவு ஆசை வேண்டாம். அவ்வளவு பணம் வேண்டாம்! உண்மையைச் சொன்னா எனக்குப் பயமா இருக்குதுங்க. சாதாரணத் திருட்டில்தான் ஆரம்பிக்கும். எதிர்பாராத தடங்கல்கள் நேரும். கொலைக்குக் கூட கொண்டுபோய் விட்டுடும். வேண்டாங்க!’

‘என்னது! வேண்டாமா?’ என்றான் மாணிக்கம்.

‘விட்டுடுங்க என்னை.’

மாணிக்கம் மிகுந்த கோபம் கொள்வான் என்றுதான் எதிர்பார்த்தான். பதிலுக்கு அவன் வசீகரமாகச் சிரித்தான். 'இதப் பார் அன்பு! உன்கிட்ட முழுத் திட்டத்தையும் நான் சொல்லலை. சமயம் வரும்போது சொல்லலாம்னுட்டு இருந்தேன். இதான் சமயம் போல இருக்கு! உக்காரு. இன்னொரு காபி சாப்பிடறியா!'

'வேண்டாங்க!'

'வாட்ச்மேன் விவகாரம்தானே உனக்கு உறுத்துது. இதப் பார்!' என்று தன் பையிலிருந்து ஒரு காகிதத்தை எடுத்துக் காட்டினான்.

இங்கிலீஷில் எழுதியிருந்தது.

யுனைட்டட் கோ-ஆப்பரேட்டிவ் பாங்க் என்று தலைப்பில் எழுதியிருந்தது.

'அட! எங்க சித்தப்பா பாங்க்!'

'அதுக்குக் கீழ பாரு!'

'அடையார் கிளை!'

ஆர்வத்துடன் தட்டித் தடுமாறிப் படித்தான். புரிந்தது. நிமிர்ந்தான். மாணிக்கம் புன்னகையுடன் அவனைப் பார்த்துக் கொண்டிருந்தான்.

'இப்ப என்ன சொல்லு!'

'மாணிக்கம் நீ பெரிய ஆள். பெரிய்ய ஆள். ரொம்பப் பெரிய ஆள். நம்ப முடியலிங்க!'

'முதல்ல இந்த வேலை கிடைக்கப் போறதுன்னு தெரிஞ்சதினால் தானே நான் இத்திட்டத்தையே செயல்படுத்த ஆரம்பிச்சேன்! எவ்வளவு லஞ்சம் கொடுத்து பெரிய மனுசங்க சர்ட்டிபிகெட்டு...'

அன்பழகன் மறுபடி அந்தக் கடிதத்தைப் பார்த்தான்.

'உங்கள் .... தேதியிட்ட விண்ணப்பத்தின் சார்பாக உங்களுக்கு எங்கள் பாங்கில் தாற்காலிகமாக இரவுப் பாரா காவல் வேலை தருவதில் மகிழ்ச்சி அடைகிறோம்... அதற்காக தினக் கூலி...'

'அடேயப்பா! ரொம்பத் தீவிரமா யோசிச்சு வெச்சிருக்கிங்க!'

'இன்னிக்குத்தான் ஆர்டர் வந்தது. இருபதாம் தேதியில இருந்து வேலை ஒப்புத்துக்கலாம்னு இருக்கேன். ஆனா?'

'ஆனா?'

'இந்த வாட்ச்மேன் வேலைக்கு பாங்குக்கு உள்ளே விட மாட்டாங்களாம். ஆறு மணி வாட்ச்மேன் எல்லா லைட்டையும் போட்டுட்டுப் போயிடுவானாம். நான் வெளியில ராப்பூரா ரோந்து சுத்திக்கிட்டு இருக்கணுமாம். வாசல்ல ஒரு கூண்டுல ஒரு மணிக்கு ஒரு தடவை பஞ்சிங் கிளாக்கில பஞ்ச் அடிக்கணுமாம்!'

'அப்ப அன்னிக்கு ராத்திரி நீங்கதான் வாட்ச்மேனா!'

'ஆமாம். சனிக்கிழமை ஆறு மணியிலிருந்து ஞாயிற்றுக்கிழமை காலை எட்டு மணி வரைக்கும் சாவி போட்டுத் திறந்து நிதானமா அத்தனை பணத்தையும் எடுத்துக்கிடலாம். நீ நடந்து கூட வீட்டுக்குப் போகலாம். வேணும்னா என்னை, வாட்ச்மேனை, கட்டிப் போட்டுட்டு.'

ஒன்பது

செயல்பாடு

வீட்டுக்கு வந்தபோது சித்தி காலையில் கொடுத்த இரண்டு ரூபாய்க்குக் கணக்கு கேட்டாள். ரத்னா கண்ணாடிக்கு முன் பாடிக்கொண்டே அலங்காரம் செய்துகொண்டாள். சித்தப்பா வழக்கம்போல் பாங்கிலிருந்து லேட்டாக வந்து, 'ஸ் அப்பாடா!' என்று அலுத்துக்கொண்டு முகம் கழுவச் சென்றார். அவர் ப்ரீஃப்கேஸ் மேஜைமேல் இருந்தது. தொட்டுப் பார்த்தான். சாவிக் கொத்து தெரிந்தது. சுலபம்! ரொம்ப சுலபம்!

'ரத்னா வெளியே போகப் போறிங்களா?'

'ஆமா! அக்காவும் நானும், நீயும் வரியா?'

'இல்லை. நான் வீட்லே இருக்கேன்.'

'அன்பு! ரசத்தைக் கொஞ்சம் பொடி போட்டுப் பொங்க வெச்சுடு. அப்படியே ரெண்டு அப்பளம் சுட்டுடு. உங்க சித்தப்பாவுக்கு அது போதும். நாங்க வெளியே டிபன் பண்ணிக்கிடறோம்!'

'சரி!'

சித்தப்பாவின் கந்தர் அலங்காரம் கேட்டது பூஜை அறையில். அவர்கள் இருவரும் புறப்பட்டுச் செல்ல வாயிற்கதவைத் தாளிட்டான்.

கந்தர் அலங்காரம், அனுபூதி சொல்வார். பூஜை அறையை விட்டு வெளியே வருவதற்குப் பதினைந்து நிமிஷமாவது ஆகும்.

அன்பழகன் பாத்ரூமுக்குச் சென்று பாதி கரைந்த பச்சை டாய்லட் சோப் ஒன்றை எடுத்து வந்தான். அதிகம் கொழ கொழ என்று இல்லாமல் பாதிப் பதமாக இருந்தது.

சித்தப்பாவின் ப்ரீஃப்கேஸைத் திறந்தான். கரங்கள் நடுங்கின. அந்தச் சாவிக் கொத்தை ஓசைப்படாமல் எடுத்தான்.

நாள் என் செயும் வினைதான் என் செயும் எனைநாடி
வந்த கோள் என் செயும் கொடுங்கூற்று என் செயும்...

மெதுவாக அந்தச் சாவிகளில் பெரிசாக ஒன்றை எடுத்துச் சோப்பின் மேல் பதித்து எடுத்தான். அச்சாக விழுந்திருந்தது முத்திரை.

திட்டத்தின் செயல்பாட்டில் முதல்அடி!

ஆதாரமிலேன் அருளைப் பெறவே
நீதான் ஒரு சுற்றம் நினைத்திலேயே!

சித்தப்பா வெளியே வந்து, 'அன்பு' என்றார்.

'என்ன சித்தப்பா?'

'ஒரு தம்ளர் தண்ணீர் கொண்டு வா.'

'இதோ வர்ரேன் சித்தப்பா!'

நீரை வாங்கிக் கொள்கையில், 'என்ன திடீர்னு சோப்பு வாசனை?' என்றார்.

'சோப்புப் போட்டு முகம் கழுவினேன்!'

'முகம் கழுவினாப்பலயே தெரியலியே.'

'முகம் கழுவலாம்னுட்டு!'

'உடம்பு சரியில்லையா? ஒரு மாதிரி இருக்கியே?'

‘அதெல்லாம் ஒண்ணுமில்லிங்க!’

‘அவுங்கள்ளாம் எங்கே?’

‘வெளியே போயிருக்காங்க!’

‘வா, வந்து உக்கார்! உன்கிட்ட நிறையச் சோப்பு வாசனை அடிக்குது....’

அவர் எதிரில் சற்றுத் தூரத்தில் உட்கார்ந்தான்.

‘இதப் பார் அன்பு. உன்னை எப்பவும் இந்த வீட்டிலையே வேலைக்காரன் மாதிரி வெச்சுக்கறதில் எனக்கும் விருப்பம் கிடையாது. ஏதாவது ஒரு தொழில் கத்துக்க வைக்கலான்னுட்டுத் தான் யோசிச்சுக்கிட்டிருக்கிறேன்!’

தொழில்தான் கற்றுக்கொண்டு வருகிறேன்.

‘என் ஃப்ரெண்டு ஒருத்தர் ஒரு பவுண்டரி வெச்சிருக்காரு! அதில் அப்ரெண்டிஸா உன்னை எடுத்துக்கறன்னு சொன்னார். மாசம் தொண்ணூறு ரூபாய் தர்றாராம். அதைவிடத் தொழில் கத்துக்கறது தான் முக்கியம். என்ன போறியா?’

‘எப்ப சித்தப்பா?’

‘ஒண்ணாந் தேதி!’

தொண்ணூறு ரூபாய். நான் ஒன்பது லட்சத்தில் இருக்கிறேன் சித்தப்பா.

‘சரி’ என்றான்.

‘பாத்ரூம்ல போய்ப் பாரு! ஏதாவது சோப்பைக் பக்கெட்ல கரைச்சுட்டாங்களா?’

‘பார்க்கறேன்’ என்று எழுந்தான். ராத்திரிக்குள் அந்தச் சாவிகளைத் துப்புரவாகத் துடைத்துவிட வேண்டும். நிச்சயம் ப்ரீஃப்கேஸில் சோப்பு வாசனை அடிக்கும். இது சின்னத் தவறா? பெரிய தவறா? அது, மறுபடி அந்த சோப்பு வாசனையைப் பற்றி அவர் சந்தேகப்படுகிறாரா அல்லது மறந்து விடுகிறாரா என்பதைப் பொருத்தது.

அன்பழகனுக்குச் சிரிப்பாகக்கூட வந்தது. எல்லாமே ஒரு பொய் போல இருந்தது. எப்படியோ தான் செலுத்தப்படுவது தெரிந்தது.

மாணிக்கம் செலுத்துகிறான். அவன் சொன்னபடி நடக்கிறது. அவனுக்காக என்று நியாய அநியாயங்கள், தனியான செயல்பாடு இருப்பதாகத் தெரியவில்லை. பொம்மைபோல் இயங்குகிறான். கரத்தில் ஒரு ஒன்பது லட்சம் ரூபாய் ஜோதி தெரிகிறது. இப்போதுகூட எல்லாவற்றையும் விட்டுவிட்டு அச்சடித்த சோப்பைக் கரைத்துவிட்டு ஃபவுண்டரியில் அப்ரெண்டிஸ் வேலைக்குப் போய்விடலாம்.

தொண்ணூறு ரூபாய்!

ஒன்பது லட்சம் ரூபாய்!

வாயிற் கதவின் மணி ஒலித்தது. போய்த் திறந்தான். ஒரு சின்னப் பையன், 'அன்பழகன் நீங்கதானே?'

'ஆமாம். ஏன்?'

'நம்ம கடையிலே டெலிபோன் வந்திருக்கு உங்களுக்கு. கூட்டியாரச் சொன்னாங்க.'

'சித்தப்பா, ஒரு நிமிஷம்' என்று அந்தக் கடைக்குச் சென்றான். 'ஹலோ!'

'அன்பு! மாணிக்கம்.'

'என்னங்க?'

'பிரதி எடுக்க ஆரம்பிச்சுட்டியா?'

'ம்!'

'இன்னிக்கு ராத்திரிக்குள்ள முடிச்சிடு! மேற்கொண்டு எனக்கு நிறைய வேலை இருக்குது. பத்து நாளாவது ஆயிடும் போலத் தெரியுது. அதனால் எல்லா முத்திரையும் ராத்திரியே எடுத்து.'

'நீங்க இந்த மாதிரி எனக்கு டெலிபோன் பண்ணாதீங்க. மாணிக்கம்!'

'பேர் சொல்லாதடா முட்டாள்!'

அன்பழகன் துணுக்குற்றுச் சுற்றுமுற்றும் பார்த்தான். நல்ல வேளை யாரும் கவனிக்கவில்லை.

‘அப்புறம் அந்த அலாரம் ஸ்விட்ச் விஷயம்.’

‘முயற்சி பண்ணிப் பார்க்கறேன்.’

‘அது தெரிஞ்சே ஆகணும். என்ன? முயற்சி பண்றன்னு சொல்லாதே.’

சித்தப்பாவை எப்படி அலாரம் ஸ்விட்ச் எங்கே இருக்கிறது என்று கேட்பது? அதைப் பற்றி அப்புறம் யோசிக்கலாம். முதலில் அந்தச் சாவிகள்.

‘சோப்பிலே பிரதி எடுத்துப் பார்த்தியா?’

‘எடுத்துப் பார்த்தேன்.’

‘வெரிகுட். நல்லா வருதா!’

‘வருது. ஆனா வாசனைதான்!’

‘சூப்பர் செவன்னு நீலமாத் துணி சோப்பு ஒண்ணு விக்கிறாங்க. அது அஞ்சாறு கட்டி வாங்கி வெச்சுக்க. சோப்பில வாசனை கிடையாது. மிருதுவாகவும் இருக்குது. வெச்சுடட்டுமா?’

டெலிபோனை வைத்து விட்டு, ‘சூப்பர் செவன் கொடுங்க’ என்றான் கடைக்காரனிடம்.

ஆறு வில்லைகளையும் பாண்ட் பாக்கெட்டுக்குள் அடக்க முடியவில்லை. ஒன்றைச் சட்டைப் பைக்குள் போட்டுக் கொண்டான்.

‘ஆறு சோப்பா வாங்கினான்?’ என்று போலீஸ் இன்ஸ்பெக்டர் கேட்க, ‘ஆமாங்க! அதான் எனக்கு ஆச்சரியமா இருந்தது’ என்று கடைக்காரன் பதில் சொல்ல... ‘சே! அவ்வளவு தூரத்துக்கு வராது!’ என்று சமாதானப்படுத்திக்கொண்டான்.

‘என்னது? ராத்திரி வேளையில் டெலிபோன் கூப்பிட்டுப் பேசும் படியாச் சகவாசங்கள் எல்லாம் வந்திருச்சா? யார்? ஆணா? பெண்ணா?’

‘ஆண்தான் சித்தப்பா. நான் சொல்லலை? என் ஃப்ரெண்டு, புதுசாத் தொழில் செய்யணும்னுட்டு உங்க பாங்கில பணம் கிடைக்கு மான்னு...’

'ஓ அவரா! என்ன பேர் சொன்னே? மாதவன்!'

'ஆமாம்! அவர்தான் போன் பண்ணியிருந்தாரு. வரச் சொல்லி இருக்கேன்!'

'சரிதான்! நீ போய் மத்த வேலைகளைப் பாரு. அப்ரெண்டிஸ் விஷயம்?'

'நிச்சயம் சித்தப்பா. நீங்க சொன்னாச் சரி.'

ராத்திரி சித்தப்பாவுக்குச் சுவையாகவே சமைத்துப் போட்டான். ரசம் நன்றாக வந்திருந்தது. உருளைக் கிழங்கை நீட்ட நீட்டமாக வெட்டிப் போட்டு வதக்கினான். அப்பளத்தைப் பொரித்தான். மெத்தென்று இரண்டு சப்பாத்தி செய்து போட்டான்.

பத்து மணிக்குப் படுத்துத் தூங்கி விட்டார்.

சித்தியும் ரத்னாவும் எட்டரைக்கு வந்தவர்கள் பஸ்ஸுக்கு நின்ற அலுப்பில் ஒன்பதரைக்கே உறங்கி விட்டார்கள். வீடு நிசப்தமாக இருட்டாக இருந்தது. ஹாலில் ஒரு சின்ன முட்டை பல்பு எரிந்து கொண்டிருந்தது. சித்தப்பாவின் ஆபீஸ் அறை மேஜையில் இருந்த சாவிக்கொத்தை காத்ரெஜ் அலமாரிக்குள் வைத்திருந்தார். அதன் சாவி சாதாரணமாகச் சுவரில் தொங்கும். படுக்கப் போகும்போது அதைச் சித்தப்பா தலை யணைக்கு அடியில் வைத்துக்கொள்வார். எப்படி அவரை எழுப்பாமல் சாவியை எடுப்பது!

விழித்துக்கொண்டே யோசித்தான். இருமிப் பார்க்கலாமா? குளிருகிறது. ஸ்வெட்டர் போட்டுக்கொள்ள வேண்டும். பீரோ சாவி வேண்டும்... ம்ஹூம்.

கடவுள் அவனுக்குத் தற்செயலாக உதவின மாதிரி சித்தப்பா ஒரு தடவை எழுந்து பாத்ரூம் சென்றார். சரேல் என்ற அவன் ஹாலுக்குச் சென்று தலையணைக்கு அடியிலிருந்த சாவியை எடுத்துத் தன் அறைக்கு வந்து விட்டான். அப்பாடா, இனி சமாளித்து விடலாம். சாவியை எடுப்பதுதான் கஷ்டம். திரும்ப வைப்பது சுலபம். ராத்திரி பூரா இருக்கிறது.

அலமாரிக்குச் சென்று அந்தச் சோப்புக் கட்டிகளை ஓசைப்படாமல் ஒவ்வொன்றாகத் தொட்டுப் பார்த்து எடுத்துக் கொண்டான்.

காலை எழுந்திருக்கையில் மணி ஏழாகி விட்டது. சித்தி அவனைக் காபி போட எழுப்பவில்லை. ஆச்சரியமாக இருந்தது. ரத்னா பல் தேய்த்துக்கொண்டிருந்தாள். 'ராத்திரி சரியாத் தூங்கலியா?'

'ஏன்?'

'முகத்தில் தூங்காத மாதிரி தெரியுது?'

'என்னவோ நினைச்சுக்கிட்டிருந்தேன். தூக்கம் வரலை!'

'என்ன?'

'என் நிலைமையைப் பற்றி, எதிர்காலம் பற்றி. படிப்பு இல்லை... வேலை இல்லை...'

'இதப் பாரு அன்பு! மனசு இருந்துட்டாப் போதும். மனசில் வைராக்கியம் இருந்துட்டாப் போதும். என் சினேகிதி ஒருத்தி, அவ அப்பா எட்டாம் கிளாஸ்தான் படிச்சிருக்காரு. லட்சத்தில் புரள்றார்! பின்னால் என்ன நடக்கப் போறதுன்னு நம்மால் சொல்லவே முடியாது. அவங்க அவங்க அதிர்ஷ்டத்தைப் பொறுத்தது.'

'ரத்னா, அன்னிக்கு ராத்திரி சினிமால நடந்ததுக்கு நான் ரொம்ப வருத்தப்படறேன்!'

'நான் அப்பவே மறந்துட்டேனே அதை!'

'ரத்னா, உங்கமேலே எனக்கு நிஜமாகவே...'

சித்தப்பா வந்து விட்டார். 'அன்பு! இன்னிக்கு சரியாப் பதினொரு மணிக்குப் பாங்குக்கு வந்துடு. ஒரு அப்ளிகேஷன் தரேன். அதை நிரப்பணும்!'

'சரி சித்தப்பா...'

'உன் ஃப்ரெண்டு இருந்தா, அவரையும் கூட்டிக்கிட்டு வா. கடன் பத்தி விவரங்கள் எல்லாம் சொல்றேன்.'

'சித்தப்பா. அப்ப நான் உங்க கூடவே வந்துடறனே!'

'அதுகூடச் சரிதான்.'

இரண்டாவது முறையாக அன்பழகனுக்கு அந்த அதிர்ஷ்டம் தென்பட்டது. தற்செயலாக நிகழ்ந்த ஒரு சங்கதி அவனுக்கு

இந்தக் காரியம் பூர்ணமாக நடந்து நிறைவேறும் என்ற நம்பிக்கையைத் தந்து விட்டது. அந்த அலாரம் ஸ்விட்ச் விவகாரம்.

சித்தப்பாவுடன் பாங்குக்குப் போனதும் அவர் அவனைத் தன் அறைக்கு அழைத்துச் சென்று ஒரு மனுத் தாளைக் கொடுத்து அதை நிரப்பச் சொன்னார். பெயர், பிறந்த தேதி, பிறந்த இடம் என்று அவன் எழுதிக்கொண்டிருக்க, சித்தப்பா லெட்ஜர்களில் கையெழுத்து வாங்க வந்திருந்த சிப்பந்தி ஒருவரிடம் 'கொஞ்சம் ராமனாதனைக் கூப்பிடுங்க' என்றார்.

ராமனாதன் என்பவர் வந்ததும், அவருடன் பேசின ஆரம்பப் பேச்சுகளும் அன்பழகன் கவனத்தில் இல்லை. திடீர் என்று அலாரம் என்கிற வார்த்தையைக் கேட்டதும் உஷாரானான். 'எலக்ட்ரிஷியனைக் கூப்பிட்டுச் செக் பண்ணிடச் சொல்லு. ஏதோ லூஸ் காண்டாக்ட் இருக்கு போலத் தெரியுது.'

'இல்லிங்களே! சமீபத்திலதானே நான் செக் பண்ணேன்.'

'நான் செக் பண்ணப்போ, ஒரு தடவை சரியா மணி அடிக்கலை.'

'இப்ப பார்க்கட்டுங்களா?'

'பாரு! இப்ப பைபாஸ் பண்ணி இருக்குது. ஸ்விட்சைப் போட்டுக்க!' அன்பழகனுக்குச் சிலிர்த்தது. ராமனாதன் என்பவர் நேராகச் சுவரில் ஒரு மூலைக்குச் சென்று ஒரு புத்தக அலமாரியில் சில புத்தகங்களை நீக்கி அதன் பின் பக்கம் இருந்த ஸ்விட்சைப் போட்டார்.

'சாவி கொடுங்க.'

சாவியை எடுத்து இரும்புப் பெட்டியை திறக்க சிவப்பு விளக்கு எரிந்தது. மணி அலறி அடித்தது. ஒன்றிரண்டு பேர் உள்ளே வர, 'ஒண்ணுமில்லை டெஸ்ட்டிங்' என்றார் வினாயகம். மறுபடி அந்த அலமாரி ஸ்விட்சைத் தட்ட மணி நின்றது. டெலிபோன் மணி அடித்தது.

'ஹலோ இன்ஸ்பெக்டர்! ஒண்ணுமில்லை! ஒண்ணுமில்லை! சும்மா டெஸ்ட்டிங்க்! தாங்க்ஸ். நீங்க கூட அலர்ட்டா இருக்கிங்களே!' என்று சிரித்தார்.

அன்பழகன் இந்த அத்தனையையும் கண் கொட்டாமல் பார்த்துக்கொண்டிருந்தான்.

'இந்தாங்க ஆறு சோப்பு. எல்லாச் சாவியும் பதிச்சிருக்கு! பார்க்கறீங்களா?'

மாணிக்கம் ஒரு சோப்புக் கட்டியைப் பிரித்துப் பார்த்து 'பிரமாதம்! சபாஷ்' என்றான். 'அப்புறம் அந்த அலாரம் சமாச்சாரம்?'

'அதையும் கண்டுபிடிச்சுட்டேன். அந்த அறையில் புஸ்தக அலமாரி ஒண்ணு இருக்குது. அதன் மேல் தட்டில் இடது பக்கத்தில இருக்கிற புஸ்தகங்களை விலக்கினா பின்னால ஒரு ஸ்விட்ச் தெரிகிறது. அதைத் தட்டிட்டா மணி அடிக்கிறதில்லை. அலாரம் பைபாஸ் அது என்று சொல்றாங்க.'

'பைபாஸ் ஆய்டுது? பிரமாதம்! பிரமாதம். வாத்யாரே. நீ பெரிய ஆளாய்ட்ட. இனிமே நீ செய்யவேண்டியது ஒன்றுமே இல்லை. நான் எல்லாத்தையும் பார்த்துடறேன். கவலையே படாதே. சாவிகள் தயாரிச்சு, திறந்து, திருடி - எல்லாத்தையும் என்கிட்ட விட்டுடு.'

'நான் வேற என்ன செய்யணும்?'

'வேற ஒண்ணும் வேண்டாம். சம்பவத்தன்னிக்கு, அதாவது 29-ம் தேதி சனிக்கிழமை ராத்திரி பன்னிரண்டு மணிக்கு நேர அங்க வந்துடு! வீட்டில் செகண்ட் ஷோ சினிமா போறேன்னு சொல்லிட்டு வந்துடு. அதற்கான டிக்கெட்டு நான் வாங்கி வெச்சுக் கறேன். நான் என் மோட்டார் சைக்கிள்ல வர்றேன். பாங்க்கைத் திறந்து பணம் எடுத்துட்டு நேரா ஒரு இடத்துக்குப் போய், சமுத்திரக் கரைக்குப் போயிடலாம். அங்கேயே பணத்தை எண்ணிப் பிரிச்சுக்கிடலாம்.'

'அதற்கப்புறம்?'

'அதுக்கப்புறம் நீ என்னைப் பார்க்கப் போறதில்லை. நான் உன்னை! நாம பிரிஞ்சுடறோம். டாட்டா! நீ என்ன செய்யறே. பேசாம பெட்டியைத் தூக்கிட்டு வீட்டில போய்ப் படுத்துடு.'

'அத்தனை பணத்தோடயா?'

'ஆமாம். உன் ரூம்ல உன் கட்டிலுக்கு அடியில வெச்சுக்க. அதை விடப் பத்திரமான இடம் இருக்க முடியாது. பாங்க் மானேஜர் வீடு! அப்புறம் இன்னொரு விஷயம். உடனே செலவழிக்க ஆரம்பிக்கக் கூடாது. பொறுத்திரு... ஒரு வருஷம் ரெண்டு வருஷம்...

'ரெண்டு வருஷமும் படுக்கைக்கு அடியில பணத்தை வைச்சுக் கணும்!'

'சேச்சே! அப்படிச் செய்யாதே. முதல் வாரத்துக்குள்ள இடத்தை மாத்திடு. குட்டி போட்ட பூனை மாதிரி மாத்திக்கிடே இரு. பரண்ல தட்டு முட்டுச் சாமான்கள் போடுவாங்கல்ல? அந்த மாதிரி ஏதாவது இடம். என்ன? அது உன் சாமர்த்தியத்தைப் பொருத்தது.'

'சரிங்க' என்றான் சந்தேகத்துடன்.

'சந்திக்கலாம்! சனிக்கிழமை ராத்திரி! அதுவரைக்கும் எல்லாத்தை யும் மறந்துடு. அப்புறம் இந்தா.'

'என்னங்க?'

'பொடி! அன்னைக்குப் புகைச்சமே! அது.'

'சிகரெட்டாச் செய்து தந்துடுங்க! இப்பவே குடிச்சுட்டுப் போயர்றேன். வீட்டில இதெல்லாம் உதவாதுங்க.'

'அப்புறம் இன்னொரு இடத்துக்குப் போகலாமா?'

'உங்களுக்கு நைட் ட்யூட்டி இல்லை?'

பத்து

திருட்டும் அதன் பின்பும்

பன்னிரண்டு நாட்களுக்கு அன்பழகன் பசு போலச் சாதுவாக இருந்தான். வீட்டு வேலைகளைச் சமர்த்தாகச் செய்தான். ரத்னாவுக்கு ஸாரிகளை டிரை க்ளீனிலிருந்து வாங்கிவந்தான். சித்தப்பாவுக்கு 'திருச்செந்தூர் மகத்துவம்' என்ற புத்தகத்தை வாங்கி வந்தான். அவருடைய ஃபவுண்டரி நண்பரைப் போய்ப் பார்த்துவிட்டு வந்தான். 'ஒண்ணாந் தேதில இருந்து ஆரம்பிச்சுடலாம். முதல்ல தொண்ணூறு ரூபாதான் கொடுப்பம். அதுக்கப்புறம் மேன்மேல கூட்டிக்கிட்டே வந்து அஞ்சு வருஷத்திலே நூத்து அம்பது ரூபாய் வரைக்கும் வரலாம்!'

சாயங்காலம் எல்லாம் அந்த ஏக்கம் இருந்தது. கடைத் தெருவில் சினிமா கொட்டகை வாசலில் வாசனையாக இங்கிலீஷ் பேசிக்கொண்டு செல்லும் அழகான யுவதிகளைப் பார்த்துப் பொறாமையாக இருந்தது. இந்த வீடு எவ்வளவு இருக்கும். இரண்டு லட்சம் இருக்குமா? இந்த தியேட்டர்? இந்த கார்? இந்தப் பெண்! ரத்னாவைவிட அழகான பெண்கள் எனக்குக் கிடைப்பார்கள். அவளை வைத்துக் கொண்டு ஏரோப்ளேனில் காஷ்மீர் சென்று அங்கே

நதியில் படகில் மிதக்கும்போது... 'மிஸ்டர் அன்பழகன் நீங்க தானே!'

'யெஸ்!'

'என் பேர் கான். காஷ்மீர் போலீஸ்.'

சேச்சே, இன்பமான கனவில்கூட இந்த போலீஸ் தொந்தரவா? போதாததற்கு சித்தப்பாவின் உபதேசம் வேறு!

'அன்பு, கடுமையான உழைப்பு இல்லாம எதுவும் நிலைக்காது. ஒருத்தன் வாழ்க்கையில் முன்னேறணும்னா உழைப்பு ஒன்றுதான் அவனுக்கு உதவும். மத்ததெல்லாம்...' இத்யாதிகள்.

இன்னும் பத்து நாள்! பத்து நாளைக்கு இதையெல்லாம் சகித்துக் கொள்ளப் போகிறேன். அதற்கப்புறம்?

எல்லாச் சந்தடிகளும் ஓய்ந்தபின் மெதுவாகப் புறப்படப் போகிறேன்.

உண்மையான அன்பழகன்.

விசுவரூப அன்பழகன்.

சனிக்கிழமை ராத்திரி சினிமாவுக்குப் போகிறேன் என்று சொன்ன போது சித்தப்பா அதிகம் ஆச்சரியப்பட வில்லை. 'தனியாவா?' என்றார்.

'ஆமாம்! சித்தப்பா?'

'ராத்திரி ஷோதான் போகணுமா?'

'போய்ட்டு வந்துடலாம்னுட்டு.'

'சரி போய் வா! ராத்திரி நான் கதவைத் திறக்கறேன்!'

பயமாக இருந்தது. எத்தனை மணிக்குத் திரும்பி வருகிறேன் என்று தெரிந்துகொள்வார். இருந்தும் என்னையும் அந்தத் திருட்டையும் எப்படி முடிச்சுப் போட முடியும்! சினிமா டிக்கெட் வேறு இருக்கிறது! மாணிக்கம் எல்லாவற்றையும் யோசித்திருக்கிறான். பெரிய ஆள். ஜீனியஸ்.

லாஸ்ட் பஸ்ஸில் டெர்மினஸில் இறங்கிப் பாலத்தைத் தாண்டி நடந்தான். அவசரமே இல்லை. இன்னும் ஒன்றரை மணி நேரம்

இருக்கிறது. மெல்ல நடந்தான். ஒரு விதத்தில் பயம் விடடுப் போயிருந்தது. எதிர்பார்ப்பு இல்லை. திரும்பத் திரும்பச் செலுத்தப்படும் உணர்ச்சிதான் ஏற்பட்டது. என்ன செய்தாலும் இன்றுதான் கடைசி. காலைக்குள் தெரிந்துவிடும்.

மௌனத்தில் நின்றது பாங்குக் கட்டடம். மெலிதாகக் கடல் காற்று அவனுக்குள் புகுந்து குறுகுறு என்றது. மிகத் தனியாக இருந்தது. ஓர் ஆள் இல்லை. தூரத்தில் தொழிற்சாலைகளின் நிழல்கள் தெரிந்தன. சமுத்திரத்தின் குரலும் கேட்டது. மெலிதான இரைச்சல்.

கட்டடத்தின் வாசலில் ஒருவரும் இல்லை. தெரு விளக்கின் வெளிச்சத்தில் கடிகாரத்தைப் பார்த்துக்கொண்டான். பதினொன் றரை. இந்த அழுக்கு கடிகாரத்தைத் தூர எறிந்து விட்டு ஒரு டிஜிட்டல் கடிகாரம் வாங்கிக்கொள்ள வேண்டும். செல்லாராமில் அன்று பார்த்த சட்டையை வாங்கிக்கொள்ள வேண்டும்.

காத்திருந்தான். திடீர் என்று அதீதமான பயம் அவனைத் தாக்கியது. கடவுளே, இது என்ன காரியம். திருட்டு! பெரிய திருட்டு! கொள்ளை. நான் இதுவரை சம்பாதித்து வைத்த அத்தனை நல்ல பெயரையும் ஒரே ஒரு ராத்திரியில் பணயம் வைக்கிறேன். இப்போதுகூட ஓடிப் போய்விட்டால் என்ன? வா அன்பழகா. இதுதான் உன் கடைசித் தருணம். இப்போதுகூட நீ... ம்ஹூம்... முடியாது. ஏற்கெனவே அடிப்படைக் குற்றங்கள் பல செய்தாகி விட்டது. சாவிகளின் பிரதிகளைக் கொடுத்தாகி விட்டது. தூரத்தில் ஒற்றை விளக்கு தெரிந்தது. அதன் பின் மெலிதான தட தட தட...

மாணிக்கத்தின் புல்லெட்.

அருகே வர வர அவனுக்கு ரத்தத்தில் சூடேறியது. சற்றுத் தூரத்திலேயே அந்த இயந்திரத்தை நிறுத்தி விட்டு மிதந்து வந்தான். ஸ்டாண்டு போட்டுவிட்டு வந்தான். கையில் ஒரு பெட்டி வைத்திருந்தான்.

'எப்ப வந்தே?'

'அரை மணியாச்சு! சாவி?'

தன் பையைக் காட்டினான். ஜல் ஜல் என்றது. 'எல்லாம் பிரதி எடுத்தாச்சு.'

வாயிற் பக்கத்துப் பூட்டின் அருகில் சென்று ஒரு சின்ன டார்ச் அடித்துப் பார்த்துவிட்டு உடனே அணைத்தான்.

'நீ இங்கேயே நில்லு. யாராவது வந்தாச் சொல்லு. வாசற் கதவைத் திறந்துட்டா அப்புறம் இரண்டு பேரும் உள்ளே போயிறலாம்.'

யாராவது வருகிறார்களா என்று அன்பழகன் பார்த்துக் கொண்டிருக்க, மாணிக்கம் ஒவ்வொரு சாவியாக முயல, சின்னச் சின்ன சப்தங்கள் தெளிவாகக் கேட்டது. ஒரு நிமிஷம்... ரெண்டு நிமிஷம்... மூன்று... நான்கு... ஐந்து...

'திறந்துக்கிச்சு! வா!'

அன்பழகன் அவன்பின் பாங்குக் கட்டடத்தின் இருட்டுக்குள் நுழைந்தான். மாணிக்கத்தின் சின்ன டார்ச் வட்டம் தயங்கித் தயங்கி முன்னேறியது. அவன் நிழல் தெரிந்தது. அவன் அணிந்திருந்த கறுப்பு ஜாக்கெட் தெரிந்தது. மெல்ல மானேஜர் அறையை அணுகி அதன் பூட்டின் முன் நின்றான்.

மறுபடி ஒவ்வொரு சாவியாக முயல ஆரம்பித்தான்.

மாணிக்கத்துக்குப் பதட்டமே இல்லை. மெலிதாகப் பாடினான். மானேஜர் அறையைத் திறந்து அந்தப் புத்தக அலமாரியின் புத்தகங்களை விலக்கி, அந்த பைபாஸ் ஸ்விட்சைத் தட்டி விட்டான். அப்புறம் மெதுவாக இரும்புப் பெட்டிக்கு அருகே வந்தான். தன் சாவிகளில் ஒவ்வொன்றாக எடுத்து அதன் துவாரங் களில் தடவினான். முதல் சாவி, இரண்டாவது சாவி, மூன்றாவது... அந்தப் பூட்டு திறந்தது. அடுத்த துவாரம்.

பத்து நிமிஷங்களா அவை! பத்து வாழ்நாட்கள்! இரும்புப் பெட்டி திறந்துகொண்டது.

மாணிக்கம் பதட்டப்படாமல் உள்ளே தன் டார்ச் ஒளியை விளையாட விட்டான்.

அந்த மெல்லிய வெளிச்சத்திலும் நோட்டுக் கற்றைகள் தெரிந்தன. அன்பழகனுக்கு உடம்பு பூரா குப்பென்று வியர்த்து விட்டிருந்தது. ஏதோ ஒரு தடை செய்யப்பட்ட சன்னிதானத்தில் நுழைந்து அங்கே அழகாக அமைக்கப்பட்டிருக்கும் தெய்வச் சிலையைக் கலைப்பதுபோல உணர்ந்தான். யாருடைய பணமோ! உரிமையற்ற ஆக்கிரமிப்பு. இனி ஒன்றும் செய்ய முடியாது.

தொடர்ந்து இந்த நாடகத்தில் முடிவுவரை நடித்துத் தொலைத்தாக வேண்டும்.

மாணிக்கம் அந்த நோட்டுகளை நிதானமாக ஒவ்வொன்றாக அந்தப் பெட்டிக்குள் அடுக்கினான்.

'சீக்கிரம் மாணிக்கம்.'

'பயப்படாதே! நிறைய டயம் இருக்கு. வாசல் கதவு சாத்தித்தானே இருக்கு?'

'கிடைச்சவரைக்கும் போதும். வாங்க போயிடலாம்!'

'ஆச்சு. ஆச்சு! எல்லாம் ஆச்சு!' மாணிக்கம் சற்று உணர்ச்சி வசப்பட்டுச் சிரிக்க ஆரம்பித்தான். 'இதப் பாரு அன்பு. வந்து தொட்டுப் பாரு! புது நோட்டு, பழைய நோட்டு... நூறு ரூபா நோட்டு. கத்தை கத்தையா! பத்தை பத்தையா! வா வாசனை பாரு!'

'அப்புறம் பார்க்கலாம் வாங்க! வாங்க சீக்கிரம்.'

'நீ போய் என்ன செய்யறே, வாசல்ல மோட்டார் சைக்கிள் கிட்ட நில்லு! நான் எல்லாக் கதவையும் பூட்டிட்டு வந்துர்றேன்!'

'பூட்டறதுக்குச் சமயமில்லிங்க வாங்க!' இதென்ன விதண்டா வாதம். மாணிக்கம் வெற்றி அடைந்துவிட்ட எக்காளத்தில் அதிகப்படியாக அலட்டிக் கொள்வதாகப் பட்டது அவனுக்கு. 'நீ போ, உன் பின்னாடியே வரேன். மோட்டார் சைக்கிளண்டை நில்லு.'

அன்பழகன் வெளியே வந்தான். அவனுக்கு வெற்றிப் பெருமிதம் எதுவும் ஏற்படவில்லை. வயிற்றில் ஒரு கசப்புணர்ச்சியும் பயமும்தான் இருந்தன. நிசப்தமாக இருந்தது. தெரு விளக்குகளின் சோகை வெளிச்சம். இருட்டு நகரத்தில் வான் வெளிச்சம். அப்புறம் அது என்ன வெளிச்சம். வெகு தூரத்தில் ஒரு இரட்டை வெளிச்சம். காரின் ஹெட் லைட்டுகள். நம்மை நோக்கி வருகிறது. 'காரா ஜீப்பா? அய்யோ! போலீசா! என்ன?'

உள்ளே ஓடினான். 'மாணிக்கம் அண்ணே! சீக்கிரம்! கார் வருது, கார் வருது, விளக்கு வெளிச்சம் வருது. ஜீப் மாதிரித் தெரியுது. வாங்கண்ணே! வந்துடுங்க!'

மாணிக்கம் வெளியே வந்து அந்த இரட்டை வெளிச்சத்தைப் பார்த்தான். 'ஏய்! ஜீப்பு மாதிரித்தான் தெரியுது. வா கிளம்பிறலாம்! ஏறிக்க. இந்தப் பெட்டியைப் பத்திரமா வெச்சுக்க.'

ஒரு உதை! கிடு கிடு என்று புல்லெட் வண்டி புறப்பட்டது. அன்பழகன் மோட்டார் சைக்கிளின் பின் சீட்டில் உட்கார்ந்த உடனே சீறிப் புறப்பட்டது.

இடது பக்கம் திரும்பத் துடித்து வெடித்து நூறு அடிக்குள் எண்பது கிலோமீட்டர் வேகமடைந்து... காற்று காதில் அலற.

அன்பழகன் திரும்பிப் பார்த்தான். சரசரவென்று அவர்களுக்கும் அந்த ஜீப்புக்கும் தூரம் அதிகமாகிக்கொண்டிருந்தது.

'திரும்பிட்டானா?'

'இல்லை. இன்னும் தெரியறான்!'

'வேற ஏதாவது காராயிருக்கும்.'

'இல்லிங்க. ஜீப்பு மாதிரித்தான் தெரியுது.'

'பொட்டி ஜாக்கிரதை! அத்தனையும் அதிலதான் இருக்கு.' புல்லெட் இன்னும் வேகம் பிடித்தது.

'போயிட்டானா பாரு!'

'காண்கலைங்க!'

'இனிமே யாரும் நம்மைப் பிடிக்க முடியாது!'

'யாராயிருக்கும் அது?'

'போலீஸா இருக்காது! எதுக்கும் ஜாக்கிரதைக்குத்தான் விரட்டிக் கிட்டு வந்துட்டேன்!'

விஸ்ஸ் என்று ஈரக் காற்று முகத்தில் படர, அவர்கள் ஆற்றுப் பாலத்தைக் கடந்தபோது அது நிகழ்ந்தது.

மோட்டார் சைக்கிள் திடீர் என்று மௌனமாயிற்று. அதன் என்ஜின் சப்தம் ஓரிரு இருமல்களுக்குப் பின் நின்று போயிற்று.

மாணிக்கம் அதன் திராட்டிலைத் திருகித் திருகிப் பார்த்தான். ம்ஹூம். வேகம் குறைந்து மிதக்க ஆரம்பித்து விட்டது. 'சட்' என்று அலுத்துக்கொண்டான்.

'என்னங்க பெட்ரோல் இல்லையா?'

'பெட்ரோல் நிறைய இருக்கு! இன்ஜின்தான்... ஏதோ கோளாறு.'

நின்றது.

அவசரமாக அதை ஸ்டாண்டில் போட்டு உதைத்துப் பார்த்தான். வெறும் குலுங்கல் சப்தம்தான் கேட்டதே தவிர, உடன் இன்ஜின் பற்றிக்கொள்ளும் தட் தட் சப்தம் வரவில்லை. மாணிக்கம் வியர்த்திருந்தான். சுற்றிலும் பார்த்தான்.

'இப்ப என்ன செய்யறது?'

'இரு யோசிக்கிறேன்.'

கையில் அந்தப் பெட்டி கனமாக இருந்தது அன்பழகனுக்கு. வந்த வழிச் சாலையைப் பார்த்தான். தூரத்தில் மறுபடி அந்த இரட்டை விளக்குகள் தெரிந்தன.

'வராங்க!'

மாணிக்கம் பார்த்தான். 'பெட்டியை எங்கிட்டக் கொடு! இதப் பார் அன்பு! ஒரே ஒரு ரிஸ்க் எடுக்கலாம். நம்ம பயத்தில் கிலியில் நாம அந்த காரை போலீஸ் ஜீப்புனு நினைச்சுக்கிட்டிருக்கலாம். நிஜமாவே அது ஏதோ ரோடில போற காரா இருக்கலாமில்ல... கிட்ட வரட்டும் பார்த்துறலாம்.'

'போலீஸா இருந்தா?'

'போலீஸா இருந்தாலும் நம்மை என்ன செய்துற முடியும்? ரெண்டு ஆளா மோட்டார் சைக்கிள் நின்றுபோயி ரோடில நிக்கிறது தப்பா!'

'இந்தப் பெட்டி?'

'இதை யார் பார்க்கப் போறாங்க!' பெட்டியை அவனிடம் கொடுப்பதற்குள் அந்த ஜோடி விளக்குகள் இப்போது அருகே

வந்துவிட, அன்பழகனுக்கு உள்ளே பெரிசாக ஓட்டை விழுந்தது. போலீஸ் ஜீப்! சரேக் என்று பிரேக் போட்டுக் கிறீச்சிட்ட நின்று வெளியே ஒரு இன்ஸ்பெக்டர் குதித்தார். உடன் ஒரு கான்ஸ்டபிள்.

'யார்யா அது?'

'மோட்டார் சைக்கிள் ரிப்பேரு!' என்றான்.

'நீங்கதானே அடையாறு யுனைடெட் கோ-ஆப்பரேட்டிவ் பாங்குக் கட்டிடத்தில் இருந்து கொஞ்ச நேரம் முன்னால் மோட்டார் சைக்கிளில் வெளியே வந்தீங்க!'

'இல்லிங்க, நாங்க இல்லிங்க. நாங்க கிண்டியிலே இருந்து வர்றம்.'

'ஏன்யா உதறுது இந்த ஆளுக்கு! என்ன பொட்டி அது? சாராயமா?'

'இல்லீங்க. சொந்தச் சாமான்கள்.'

அன்பழகன் மாணிக்கத்தைப் பார்த்தான்.

'திற!'

மாணிக்கம், 'எதுக்குய்யா திறக்கணும்! நாங்க என்ன செய்துட்டம்?' என்றான்.

'ஒண்ணும் செய்யலைன்னா பெட்டியைத் திறந்து காட்ட எதுக்குய்யா தயக்கம்? கான்ஸ்டபிள்! பெட்டியைப் பார்த்துடுய்யா!'

'குடுய்யா!' என்று அன்பழகனின் அருகில் அந்த கான்ஸ்டபிள் நெருங்க மாணிக்கம் திடீர் என்று சற்றும் எதிர்பாராத முறையில் அன்பழகனிடம் ஓடி வந்து அவன் கையில் இருந்த அந்தப் பெட்டியைப் பிடுங்கி அதை வீசி எறிந்தான்.

உயரமான பாலம். பாலத்தின் கைப்பிடிச் சுவர். பெட்டி இருட்டில் விசிறப்பட்டுச் சற்று நேரம் கழித்து ஆற்றுத் தண்ணீரில் விழுந்த 'ப்ளக்' சப்தம் கேட்டது. 'இப்ப சொல்லுங்க!' என்றான் மாணிக்கம் இன்ஸ்பெக்டரைப் பார்த்து.

அன்பழகன் பிரமித்து நின்றான்.

'போங்க! போய்ப் பார்த்துக்கங்க பெட்டில என்ன இருக்குதுன்னு! ஆத்தில இறங்கிப் பார்த்துக்கங்க!'

ஒன்பது லட்சம் போச்சு! இருட்டில் போச்சு! ஆற்றில் போய் விட்டது. எதற்காக இப்படிச் செய்தான்? என்ன காரணம்? எப்படியும் அகப்பட்டுக்கொண்டாகி விட்டது. தங்கள்மேல் குற்றம் சாட்டச் சாட்சியங்கள் எதுவும் கிடைக்காமல் இருக்கவா? புரியவில்லை! அப்படித்தான் தோன்றுகிறது. எப்படி அவர்கள் இருவரையும் பாங்கில் திருடிய குற்றத்துடன் சம்பந்தப்படுத்த முடியும்? கடவுளே! பேசாமல் வீட்டில் இருந்திருக்கலாம். இந்த மாணிக்கத்தை எதற்காகச் சந்தித்தோம்...

கான்ஸ்டபிள் நதியில் எட்டிப் பார்த்தான். 'தண்ணி நிறையப் போவுதுங்க!' என்றான்.

'ரெண்டு பேரும் என்கூட ஸ்டேஷனுக்கு வாங்க!'

'தாராளமா!' என்றான். 'கொஞ்சம் இருங்க. மோட்டார் சைக்கிளை ஓரத்தில் நிறுத்தி வெச்சுட்டு வந்துர்றேன்.'

மாணிக்கம் அலட்டிக்கொள்ளவே இல்லை. இப்போது போலீஸ் அவனைப் பிடிப்பது கஷ்டம் என்றும் தோன்றியது. என்ன ஆதாரம்! சந்தேகாஸ்பதமாகப் பாலத்தில் நின்று கொண்டு பெட்டியை ஆற்றில் தூக்கிப்போட்டது குற்றமா? அன்பழகனுக்கு மெல்ல உறைக்க ஆரம்பித்தது. மாணிக்கம் பெரிய ஆள். மாட்டிக் கொண்டது மாட்டிக்கொண்டாயிற்று. தப்பிக்க ஒரே வழி முக்கிய சாட்சியத்தைக் கலைத்து விடுவதுதான். அன்பழகனுக்குக் கொஞ்சம் நடுக்கம் குறைந்தது.

மாணிக்கம் மோட்டார் சைக்கிளை ஓர் ஓரத்தில் நிறுத்துவதற்கு முன் அதை ஸ்டார்ட் செய்ய ஒரு தடவை முயற்சி செய்து பார்த் தான். குபுக் என்று ஸ்டார்ட் ஆனது!

'சனி! தரித்திரம் இப்ப ஸ்டார்ட் ஆவுது பாருய்யா!' என்று அதை வயிற்றில் உதைத்தான். 'இன்ஸ்பெக்டர் சார். என் வண்டி சரியாயிடுச்சு! இதுலயே வரட்டுமா, இல்ல உங்க ஜீப்பிலதான் வரணுமா?'

'என்ன மேன் விளையாடுறியா? ஜீப்பில்தான் வா.'

'அப்ப என் வண்டி!'

'கான்ஸ்டபிள் ஓட்டிட்டு வருவான்! ஏறு!' வண்டிக்குள் ஏறுகையில் சொன்னார். 'இத பார்! கைல துப்பாக்கி வெச்சிருக்கேன். ஏதாவது எசக்கேடா நடந்துக்கிட்டா சுட்டுப் பொசுக்கிடுவேன்.'

‘அய்யய்ய. நீங்கள் எங்களைத் தப்பா எடை போடறீங்க! வேற யாரையோ...’

‘ஏறுய்யா வண்டியில!’

ஜீப் சென்றுகொண்டிருக்கும்போது மாணிக்கம் மெலிசாக விசிலடிக்க ஆரம்பித்தான்.

‘என்ன ஒரு பொல்லாப்ப்பு பாத்தியா அன்பு! நாம பாட்டுக்கு ரோட்டில போய்க்கிட்டு இருந்தா, நம்பளைப் பிடிச்சு ஒரு ராத்திரியில ஸ்டேஷனுக்குக் கூட்டிட்டுப் போயி!’

‘ஷட் அப்.’

பதினொன்று

கைது – ஜெயில்

வலுவான, ஆணித்தரமான சாட்சியங்கள். பாங்கில் சகல இடங்களிலும் இருவரது விரல் ரேகைகள், அன்பழகன் பாங்கு மானேஜரின் உறவினராக இருப்பது, மாணிக்கம் அங்கே சமீபத்தில் நியமிக்கப் பட்ட நைட் வாட்ச்மேனாக இருப்பது, இன்ஸ்பெக்டர் ஒரு மோட்டார் சைக்கிள் பாங்குக் கட்டடத்தை விட்டு விலகிச் சென்றதைப் பார்த்தது, அவர்கள் பாலத்தில் நின்றுபோனது, கண் முன்னாலேயே பெட்டியை எறிந்தது...

காலை இருவரும் கைது செய்யப்பட்டு போலீஸ் பாதுகாப்பில் இடப்பட்டனர்.

ஆற்றில் துருவித் துருவித் தேடிப் பார்த்தனர். பாங்கில் மொத்தம் ஒன்பது லட்சத்து எண்பது ஆயிரத்து இருபத்து ஆறு ரூபாய் திருட்டுப் போய்விட்டது. அதோ, அந்தப் பாலத்தில் இருந்து வீசி எறியப்பட்டு, உப்புத் தண்ணீரின் அடியில் இருக்க வேண்டும்...

மத்தியானத்திற்குள் திறந்த பெட்டியும் சில நூறு ரூபாய் நோட்டுகளும் கிடைத்தன. ஆற்றின் கடல்

புறம் தேடுவதா, மேற்கே தேடுவதா? அந்த இடத்தில் ஆறு அகலமாக ஆழமாக இருந்தது. பெட்டி கனமாக இருந்ததால் அது மிதக்கவில்லை. உள்ளே சென்று வாயைப் பிளந்திருக்கவேண்டும்.

சாயங்காலத்துக்குள் ஆற்றில் துழாவித் துழாவித் தேட அரை நிர்வாணச் செம்படவச் சிறுவர்கள் நிரம்பியிருந்தார்கள். போலீஸ்காரர்கள் அவர்களை விரட்டிக்கொண்டிருந்தார்கள். கிடைத்த ஒரு சில நோட்டுக்கள் உப்புத் தண்ணீரில் தொப்பலாக நனைந்து தொட்டால் கிழிந்துவிடக்கூடிய நிலையில் இருந்தன.

பெஞ்சை நகர்த்தி அந்தப் பக்கம் வந்து கான்ஸ்டபிள் நிற்க வினாயகம் நிமிர்ந்து பார்த்தார். அந்த அறையில் ஓரத்தில் மாணிக்கமும் அன்பழகனும் உட்கார்ந்திருந்தார்கள். மாணிக்கம் சிகரெட் பிடித்துக்கொண்டிருக்க, அன்பழகன் தரையில் தலையைப் பிடித்துக்கொண்டிருந்தான்.

'அன்பு!' நிமிர்ந்து பார்த்தான். வினாயகம், ரத்னா! ஐயோ என்ன அவமானம்!

'ஏண்டா. உன்னை வளர்த்து ஆளாக்கினதுக்கு நீ காட்டின நன்றி இதுதானாடா!'

'அன்பு! என்ன இப்படி செஞ்சுட்ட!'

'ரத்னா! எல்லாம் இந்த ஆள் பேச்சைக் கேட்டுத்தான்.'

மாணிக்கம் வெடித்தான். 'எல்லாம் இந்த ஆளு! பேசறதைப் பாரு! சார்! அன்பழகன்தான் என்னை முதலில் இந்த விவகாரத்தில் நுழைச்சதே! நான் பாட்டுக்கு வாட்ச்மேன் வேலை கிடைத்து சந்தோஷமா இருந்தவனை உசுப்பி, 'சாவி எங்க வெச்சிருக்கார்னு எனக்குத் தெரியும். சித்தப்பாவுக்குத் தெரியாம எடுத்துட்டு வர்றேன்'னு...'

'ஏண்டா!'

'சித்தப்பா! பொய்! பொய் சொல்றான். இவன்தான் என்னை...'

'நான் ஒரு வாட்ச்மேனுங்க! எனக்கு என்ன தெரியும்? எல்லாம் இந்த ஆளுதான்!'

'அய்யோ! பொய் சித்தப்பா, பொய். ரத்னா, சித்தப்பா என்னைப் பார்த்துச் சொல்லுங்க. என் சுபாவம் உங்களுக்குத் தெரியும். ரத்னா, உங்களுக்குத் தெரியும். நானாக சொந்தமா இப்படி ஒரு காரியம் செய்ய நினைச்சிருப்பேனா? அப்படிப்பட்ட ஆசாமியா நான்?'

'என்னடா இப்படிச் செஞ்சுட்ட! அய்யோ! அய்யோ! உன்னை நான் தப்பா வளர்த்துட்டனா! இந்தத் திருட்டுப் புத்தி நம்ம ஃபேமிலியில கிடையவே கிடையாதே!'

'மாணிக்கம்! மாணிக்கம்! சரியான ப்ளான் வெச்சிருக்கேன். உன் ஒத்துழைப்பு வேணும் செய்வியா?'ன்னான்.'

'அய்யோ! அய்யோ! ஏய், பொய் செல்லாதே! புழுத்துப் போயிடுவே.'

'என்னடா சொன்னே?' என்று மாணிக்கம் அன்பழகனின் தாடையில் புறங்கையால் அடித்தான். அன்பழகன் துடித்து விழுந்தான். 'யோவ்! எதுக்குய்யா அந்த ஆளைச் சும்மா அடிக்கிறே!' என்றாள் ரத்னா.

'அடிக்கிறது மட்டும் இல்லே! வெட்டணும் இவனை! எல்லாத்தையும் சொல்லிக் கொடுத்தவன் இவன்தான்! சொல்லிக் கொடுத்துட்டு நான் பொய் சொல்றேனாம். இத பாருங்க சாமி! எஜமானரே! நைட் வாட்ச்மேன் எனக்கு உள்ளே பாங்கில இருக்கறது என்ன தெரியும்? இந்த ஆளு உங்க கூடவே இருக்கான்! இவனுக்குத் தெரியுமா எனக்குத் தெரியுமா? சொல்லுங்க முதலாளி!' என்றான் மாணிக்கம்.

தரையில் உட்கார்ந்திருந்த அன்பழகன் ரத்த உதடுகளுடன் பேசினான்.

'ரத்னா! என் முகத்தைப் பாரு. சொல்லு ரத்னா. ரத்னா, நான் இந்தக் காரியத்தைச் செய்திருப்பேனா? திட்டமிட்டிருப்பேனா! சித்தப்பா நீங்க சொல்லுங்க! என் சுபாவம் உங்களுக்குத் தெரியாதா!'

'சோப்புக் கட்டில சாவியைப் பிரதி எடுத்துக்கிட்டு என்கிட்ட வந்து... அதிலிருந்து டூப்ளிகேட் செய்து...'

'சோப்புக் கட்டியா?'

'ஆமாங்க!'

வினாயகம் அவனைக் கடுமையாகப் பார்த்தார். 'அடப்பாவி. அதுதான் அன்னிக்கு ராத்திரி வீடு பூரா சோப்பு வாசனை!'

'சித்தப்பா, எல்லாம் இவன் சொல்லிக் கொடுத்ததுதான். என்னை நம்புங்க. என்னை நம்புங்க ப்ளீஸ்! ரத்னா நீ கூடவா!' தலையில் அடித்துக் கொண்டான்.

'அடப் போடா! திருட்டு ராஸ்கல். சாது மாதிரி இருந்துகிட்டு இந்தக் காரியம் செஞ்சிருக்கியே!'

'ரத்னா! ரத்னா! உன் மேலதான் நான் நம்பிக்கை வெச்சிருக்கேன். என்னைக் காப்பாத்து ரத்னா!'

'சார், வினாயகம், வர்ரீங்களா! சர்க்கிள் இன்ஸ்பெக்டர் கூப்பிடறாரு.'

'தூ!' என்று துப்பிவிட்டு வந்தார் வினாயகம். ரத்னா தயங்கித் தயங்கித் திரும்பிப் பார்த்துக்கொண்டே விலகினாள்.

'உட்காருங்க மிஸ்டர் வினாயகம்.'

பன்னிரண்டு

தீர்ப்பு

அன்பழகன் காந்தியைப் பார்த்துக்கொண்டிருக்க, மின் விசிறி கடக் கடக் என்று இயங்க, வக்கீல்கள் கழுத்துப் பட்டையில் வியர்வை கசியும் இடத்தில் விரலை ஓட்டிக்கொண்டிருக்க, வெளியே சென்னை சற்றும் கவலைப்படாமல் இயங்கிக் கொண்டிருக்க, நீதிபதி பக்கம் பக்கமாகத் தீர்ப்பு வாசித்துக் கொண்டிருந்தார்.

'.......... ஆகவே இந்தத் திருட்டில் முக்கியப் பொறுப்பு கைதி அன்பழகனுடையது என்பது சர்க்கார் தரப்பு, கைதி மாணிக்கம் தரப்பு வக்கீல்களின் வாக்குவாதங்களில் இருந்து உறுதியாகிறது.

திருடப்பட்ட ரூபாய் ஒன்பது லட்சத்துக்கு மேற்பட்ட நோட்டுக் கத்தைகள் ஆற்றில் எறியப்பட்டு அவற்றில் ஒரு சில நோட்டுக்கள்தான் அகப்பட்டது துரதிரஷ்டமே. தண்ணீரில் விழுந்த செல்வத்தைத் தேடித் துழாவிக் கண்டுபிடிக்க போதுமான முயற்சிகள் எடுத்துக் கொள்ளப்பட்டனவா, அதற்கு ஏற்ற உபகரணங்கள் போலீசிடம் இருக்கின்றனவா என்பது இந்தத் தீர்ப்புக்கு அப்பாற்பட்டது. போலீஸ்

கமிஷனர் இந்த விஷயத்தில் கவனம் செலுத்தலாம். மேல் நாட்டில் கிடைக்கக்கூடிய சில சாதனங்கள் மூலமும், விசைப் படகுகள் மூலமும் பணம் முழுவதையும் துழாவி எடுத்திருக்கலாம் என நம்புகிறேன். அவ்வகைச் சாதனங்கள் நம் போலீசிடம் இல்லாதது துரதிருஷ்டமே.

கைதி மாணிக்கம், இந்தத் திருட்டில் ஒரு உப பாகம்தான் வகித்திருக்கிறான். அவன்தான் முக்கிய பாகம் வகித்தான் என்று கைதி அன்பழகன் தரப்பு வாதங்களை ஏற்றுக் கொள்வதற்கில்லை. மாணிக்கத்துக்கு பாங்கின் உள் விவகாரங்களைத் தெரிந்து கொள்வதற்கு எந்தவிதச் சந்தர்ப்பமும் இல்லை. அவன் சமீபத்தில் நியமிக்கப்பட்ட இரவுக் காவல்காரன். அந்தப் பொறுப்பை ஏற்றுப் பதினொரு தினங்கள்தான் வேலை செய்திருக்கிறான். அதுவும் பூட்டப்பட்ட பாங்கின் புறப் பகுதியைச் சுற்றி வரும் வேலை.

கைதி அன்பழகன் பாங்கின் மானேஜர் திரு. வினாயகத்தின் ஒன்று விட்ட அண்ணன் மகன். அவனுக்கு பாங்கின் செயல்பாடுகளைப் பற்றி அறிந்து கொள்ள நிறைய சந்தர்ப்பங்கள் இருந்திருக்கின்றன. அதைப் பற்றி அவன் பாங்குக்கு வேறு வேலை போல வந்து திரு. வினாயகத்திடம் சில விஷயங்களை விசாரித்ததாக திரு. வினாயகத்தின் சாட்சியிலிருந்து தெரிய வருகிறது. வீட்டில் சோப்புத் துண்டில் சாவியின் பிரதிகளை எடுத்திருப்பதும் தெரிய வருகிறது.

அன்பழகன்தான் இந்தத் திருட்டின் மூளை! பாங்கில் எப்போது பணம் அதிகமாக இருக்கும் என்று தெரிந்துகொண்டு, அதில் புதிதாக வேலை பெற்ற ஏழைக் காப்பாளன் மாணிக்கத்துக்கு அதை ஆசை காட்டி, வீட்டிலிருந்த சாவிகளுக்குக் கள்ளச் சாவி தயாரிக்க ஏற்பாடு செய்து... திட்டமிட்டுச் செயல்படுத்திய குற்றம் இது. இதற்காக அவன் கடுமையாகத் தண்டனை பெற வேண்டும்.

இந்த இடத்தில் திரு. வினாயகத்தின் கடமை உணர்ச்சியையும் தற்செயலாக நிகழ்ந்த ஒரு சம்பவத்தையும் குறிப்பிட வேண்டும். திரு. வினாயகம் அன்று இரவு தூக்கம் வராமல், சினிமாவுக்குப் போவதாகச் சொல்லியிருந்த அன்பழகன் வரவில்லையே என்று கவலைப்பட்டிருக்கிறார். ஒரு வகையான புலனுணர்வு அவரை ஏதோ மெலிதாகச் சந்தேகப்பட வைத்திருக்கிறது. போலீசுக்கு டெலிபோன் செய்து, பாங்கின் அருகில் ஒரு தடவை பார்த்து விட்டு வருமாறு கூறியிருக்கிறார்.

திரு. விநாயகத்தின் அபூர்வமான கடமை உணர்ச்சியையும் அவர் மனத்தில் எப்போதும் தன் பாங்கின் கவலை இருப்பதையும் கடவுள் புண்ணியத்தில் அல்லது தற்செயலாக அவருக்கு ஏற் பட்ட சந்தேகத்தையும் உடனே செயல்பட்டதையும் இந்த கோர்ட் குறிப்பிட விரும்புகிறது. அவர் அகஸ்மாத்தாக டெலிபோன் செய்ததில்தான் அன்பழகன், மாணிக்கம் இருவருமே உடனே கைது செய்யப்பட்டனர்.

கைதி அன்பழகனுக்கு ஏழு வருஷம் தீவிர சிறைத் தண்டனையும் அன்பழகன் பேச்சைக் கேட்டுச் செயல்பட்ட மாணிக்கத்துக்கு மூன்று வருஷம் சிறைத் தண்டனையும் அளிக்கிறேன். இ.பி.கோ. பிரிவு...

அன்பழகன் அலறினான். 'அய்யா, இது அநியாயம். இந்த கோர்ட்டு உண்மையைக் கண்டுபிடிக்கலை! பெரிய அநியாயம்! ஏழு வருஷம் அவனுக்குத்தான் வரணும். எனக்கில்லை. நான் தான் அவன் பேச்சைக் கேட்டு...' அன்பழகன் அழுதான். கதறி அழுதான்.

பார்வையாளர்கள் மத்தியில் ரத்னா அவனையே பார்த்துக் கொண்டிருந்தாள்.

'பாவம்! அத்தான்.'

'ரத்னா, உறவுக்காரன் அவனோடு பழகியதினால் நமக்கு வருத்தமா இருக்குது. ஆனா சட்டம்னு ஒண்ணு இருக்கு பாரு. இந்தச் சட்டம் அவனைத் தப்பிக்க விட்டாக்கூட மேலே இருக்கிறவன் போட்டுவெச்ச கணக்கை மாற்ற முடியுமா? அவன்தான் என்னை அன்னிக்கு எழுப்பிவிட்டான்! முருகன் தான் 'முழிச்சுக்கடா விநாயகம்'னு உசுப்பி விட்டான்.'

இருவரும் நடந்தார்கள். அன்பழகன் அங்கிருந்து அவளைப் பார்த்த பார்வை நெஞ்சைப் பிளந்தது. 'இவனா!'

'ரத்னா! ரத்னா!' என்று இரைந்தான். 'வேண்டாம் ரத்னா. போகாதே!'

'நீ கூடவா ரத்னா? நீ கூடவா நம்பறே?' அவர்கள் கோர்ட் காரிடாரில் நடக்கும்போது, ரத்னாவின் கண்களில் கண்ணீர் வழிந்தது. 'என்னால நம்பவே முடியல அத்தான்.'

'என்னாலேயும் கூடத்தான். மனித மனம்கிறது எவ்வளவு ஆழமானது பார்த்துக்க ரத்னா! எத்தனை நாளா அவன் மனசிலே இதை வெச்சிக்கிட்டு இருந்திருக்கானோ! அமுக்கு ஆசாமி! வெளியே பார்த்தா எவ்வளவு சாது பாரு!

'... ரத்னா எனக்கு வருத்தமே இல்லை. நம் குடும்பத்தவங்க அவ்வளவு பெரிய தப்பு பண்ண மாட்டாங்கன்னு நாம் நம்பினோம். அந்த நம்பிக்கை உடையறபோது நமக்குத் தாங்கிக்கிற சக்தி வேணும். உண்மையைச் சந்திக்கறது எப்பவுமே கஷ்டம் ரத்னா!'

'உண்மையை நாம இன்னும் சந்திக்கலைன்னு தோணுது.'

'நீ என்ன சொல்றே!'

'கோர்ட்டில் வெளிப்படறது உண்மை இல்லை.'

'பின்ன?'

'வக்கீல்களுடைய சாமர்த்தியம்! மாணிக்கத்துக்கு வக்கீல் ஒருத்தர் இருந்தாரே சின்னப் பையன். அந்த ஆளின் வாக்கு ஜாலத்திலேயே மயங்கியிருப்பாங்க! நம்ம ஆள் அன்பழகன் வக்கீல் சொன்னது ஏதும் எடுபடவில்லையே! வயசானவரு. கிணத்திலே இருந்து பேசற மாதிரி பேசினார்!'

'சேச்சே. கோர்ட்டில் ஜட்ஜுக்கு முன்னாடி இதெல்லாம் சின்ன விஷயம். அவர் நியாய அநியாயங்களையும் சட்ட திட்டங்களையும்தான் பார்ப்பார்!'

'மாணிக்கத்தினுடைய வக்கீலை நான் போய்ப் பார்க்கப் போறேன் அத்தான். என்ன பேர் சொன்னாங்க?'

'வஸந்த்! எதுக்கு.'

'அவரைப் பார்த்து, 'ஏன்யா நீ பண்ணது சரியா? குறுக்கு விசாரணையில் அன்பழகனைப் போட்டு அப்படிக் குழப்பி விட்டியே? இது உனக்கு நல்லா இருக்கா? நியாயமா?'ன்னு கேட்கப் போறேன்.'

வினாயகம் சிரித்து, 'வக்கீல்கள்னா அப்படித்தாம்மா இருப்பாங்க!'

'இல்லிங்க! நான் கேக்கத்தான் போறேன்.'

பதின்மூன்று

வஸந்த்

‘ரத்னா! நைஸ் நேம். ஆம்பிவெலண்ட். ரத்னான்னு சில வேளையில் ஆண் பிள்ளைகள் பேர்கூட இருக்கு.’

‘மிஸ்டர் வஸந்த். நான் இப்ப வந்தது என் பேரைப் பற்றி ஆராய்ச்சிக்கு அல்ல.’

‘ஸாரி, எதுக்கு வந்தீங்க? மிஸ்டர் கணேஷைப் பார்க்கறதுக்கா! அவர் டில்லிக்குப் போயிருக்கிறார். ஒரு கான்ஃபரன்ஸுக்கு. வர்ற வரைக்கும் நான்தான் தனிக்காட்டு ராஜா. வயது இருபத்தி அஞ்சு! மீசை புதுசு! ஏதாவது சாப்பிடறீங்களா?’

‘ம்! சாப்பிடறேன் உங்களை!’

‘சரிதான். நான்-வெஜ்ஜா நீங்க, பார்த்தாத் தெரிய லியே?’

‘மிஸ்டர் வஸந்த். நீங்க சமீபத்தில் ஒரு கேஸ்ல அப்பியர் ஆனீங்க.’

‘தெரியும். மாணிக்கம். மூணு வருஷம் வாங்கிக் கொடுத்தேன்! அவன் என் கையைக் குலுக்கி, ‘வஸந்த்! உங்களுக்கு நான் என்ன கைம்மாறு

செய்யப் போறேன்'னு உருகிட்டான். அவன் பத்து வருஷம் எதிர் பாத்துக்கிட்டிருந்தான்.'

'மாணிக்கத்தை விடுங்க! அன்பழகனைப் பத்திப் பேசலாம்!'

'பார்ட்னர் - ஏழு வருஷம்!'

'மிஸ்டர் வஸந்த். நீங்க அந்த கேஸை உங்கக் கட்சிக்காரருக்காக நிறைய அலசியிருப்பீங்க. கோர்ட்ல வாதாடினது, தீர்ப்பு சொன்னது எல்லாத்தையும் விடுங்க. அது வேற விஷயம்! நிஜமாகவே சொல்லுங்க. நீங்க என்ன ஃபீல் பண்ணினீங்க. அந்த அன்பழகனைப் பற்றி?'

'நீங்க யாரு! அன்பழகனுக்கு...'

'உறவு.'

'காதலா?'

'இல்லை.'

'அப்பாடா! தப்பிச்சேன்.'

'ஏன்?'

'எனக்கும் ஒரு சான்ஸ் இருக்கு.'

'உண்மையைச் சொன்னா மிஸ்டர் வஸந்த், நான் உங்களை ரொம்ப வெறுத்தேன். வெறுக்கிறேன்!'

'போச்சுடா! ஒரு ஆளு கடமையைச் செஞ்சதுக்காக அவனை வெறுக்கலாமா? நான் ஒரு வக்கீலுங்க! மாணிக்கம் என் கட்சிக் காரரு! ஒரு நாளைக்கு இருநூறு ரூபா சில்லறை தராங்க! நான் நம்பிக்கையா வாதாட வேணுமா இல்லையா?'

'இப்ப அதே அன்பழகன் ஒரு நாளைக்கு இருநூற்று அம்பது ரூபா கொடுக்கறதா வந்திருந்தா, நீங்க வேறவிதமா வாதாடியிருப்பிங்க இல்லையா?'

'வரலியே! என்னது, ரொம்ப ஃபண்ட்மெண்ட்டலா குடாய்றீங்க!'

'இதில ஒரு எத்திக்ஸ் வேண்டாமா மிஸ்டர் வஸந்த்!'

'மத்தத் தொழிலில் எல்லாம் எத்திக்ஸ் இருக்குது. இது ஒண்ல தான் பாக்கிங்கறிங்களா?'

‘ஒரு நாளைக்கு ரூ. 200 ஃபீஸ் தர்றவன் உங்களுக்கு ஒரு ஏழைக் காவல்காரன் இல்லே?’

‘கட்சிக்காரன் மிஸ்! கட்சிக்காரன்!’

‘ஓகே, மிஸ்டர் வஸந்த். எப்பவாவது மனச்சாட்சி உங்களுக்குள்ள அடிச்சுக்கறபோது, எனக்குத் தகவல் சொல்லுங்க!’

‘உக்காருங்க! என்ன எழுந்துட்டீங்க! இவ்வளவு அழகான பொண்ணு தனியா மாட்டிக்கிட்டு இருக்கீங்க! உங்களை அவ்வளவு சீக்கிரத்தில் விட்டுர்றதாவது. உங்களை ஒரு டான்ஸ்ல பார்த்திருக்கேன்!’

‘முடியாது!’

‘நீங்க என்ன ஸஜிட்டேரியஸ்ஸா?’

‘இல்லை, விஜிட்டேரியஸ்!’

வஸந்த் எழுந்தான். மெலிதான புன்னகையுடன், ‘மிஸ். ரத்னா! நான் அந்த கேஸை அக்கு வேற ஆணி வேறயா அலசிட்டேன்! ரொம்ப ஓட்டை இருக்குது.

‘இத பாருங்க. ஒரு வக்கீலுக்கு அவனுடைய கட்சிக்காரன்தான் முக்கியம். நான்கூட ஆரம்ப காலத்தில் ஜஸ்டிஸ், நியாயம், அது இதுன்னு கலர் கலராக் கனவுகள் பார்த்துக்கிட்டுத்தான் இருந்தேன். ‘சமூக நியாயம்’கிறதுக்கும் ‘சட்டப்படி நியாயம்’கிறதுக்கும் ரொம்ப வித்தியாசம் இருக்குன்னு கேள்விப்பட்டேன். ஏதோ ஒரு தீபாவளி மலர்லே படிச்சேன். ‘நியாயங்கள்’னு ஒரு சிறுகதை. படிச்சுப் பாருங்க! ஒரு வக்கீலுக்கு மனச்சாட்சிங்கறது ஒத்து வராது. கூடாது. அவனுக்கு ஒரே ஒரு வழக்கு! அவன் தேர்ந்தெடுத்தது ஒரு கட்சியை. அந்தக் கட்சிக்கு அவன் வாதாடியாகணும். பிராஸிக்யூஷன், டிபென்ஸ் இரண்டு பேருக்கும் சட்டப் புஸ்தகம் ஒண்ணுதான். ஒரு புட்பால் மாட்ச் மாதிரி. ரத்னாவின் கட்சிக்கும் வஸந்த் கட்சிக்கும் சில விதிகள் உண்டு. அதில முக்கியமானது ஸேம் ஸைடு கோல் போடக்கூடாது… நீங்க சொல்றதெல்லாம் வாஸ்தவம்தான். நான் உங்கள் தமிழன்பன் கேஸை எடுத்துக்கிட்டிருந்தா…’

‘அன்பழகன்.’

‘ஸாரி, அன்பழகன் கேஸை எடுத்துக்கிட்டிருந்தா, மாணிக்கத்தைப் பிச்சு ஓதறியிருப்பேன்.’

'மிஸ்டர் வஸந்த். இந்தக் கேஸில் ஓட்டைகள்னு சொன்னீங் களே! என்ன?'

'சொல்றேன். ஒரே ஒரு கண்டிஷன்!'

'என்ன?'

'அடுத்த தடவை வர்றபோது, நீங்க இந்த மாதிரி நீலத்தில் மெலிசாச் சட்டை போட்டுட்டு வரக் கூடாது. பயங்கர டிஸ்ட்ராக்ஷன்.'

'இல்லை. சொல்லுங்க' என்று சிரித்தாள்.

'அப்புறம் இதுமாதிரி அடிக்கடி இமையைப் படக் படக்குனு அடிச்சுக்கக் கூடாது. எனக்கு ஹார்ட் வீக்கு!'

'சரி.'

'பாரதிதாசனுடைய பொன்முடி படிச்சிருக்கீங்களா நீங்க?'

'மிஸ்டர் வஸந்த். நாம் இப்ப பேசிக்கிட்டு இருக்கிறது....'

'மாணிக்கம். ஓ எஸ்! வரேன் வரேன்.'

'ஓட்டைகள்.'

'ஓ.எஸ். சொல்றேன். முதன் முதல்ல இந்தக் கேஸில் என்னால நம்பவே முடியாத விஷயம், அந்தச் சாவி பிஸினஸ்! அவ்வளவு சுலபமா டூப்ளிகேட் வேலை செய்யும்னு நான் நம்பலை....'

'புரியலை!'

'ஒரு சாவிக்கு சோப் ஒத்தி மோல்ட் மாதிரி எடுத்துப் பிரதி எடுத்துறலாம்னே வெச்சுக்கங்க. அதுவே எனக்கு வினோதமாப் படுது. அதை விடுங்க! எடுத்துக்கிட்ட டூப்ளிகேட் உடனே படக்குனு வேலை செய்யாது. அதை இன்னும் கொஞ்சம் ராவி, ஒட்டி கொட்டி ஏதாவது செய்தாகணும். ஒண்ணுமில்லை. ஒரு சாதாரண கொட்டைப்பாக்குப் பூட்டுக்கு எத்தனை கற்புங்கறீங்க! லேசில டூப்ளிகேட் போட்டுத் திறக்க முடியுமா?'

'இந்த உவமைகள் எல்லாம் வேண்டாம்னு தோணுது.'

'ஸாரி! ஹாபிட்! என்ன சொல்லிக்கிட்டிருந்தேன். அ! டூப்ளிகேட் போட்டுத் திறக்க மு...டி...யா...து.'

'டூப்ளிகேட் இல்லாம எப்படித் திறந்தாங்க? சாவிக் கொத்து வீட்டிலேயே இருந்திருக்கே!'

'எப்படின்னு கேட்காதீங்க. இந்தக் கேஸில் எனக்கு ஏற்பட்ட சந்தேகங்களைச் சொல்றேன். அவ்வளவுதான்.'

'சொல்லுங்க!'

'அடுத்த சந்தேகம். போலீஸ்காரங்க டாண்ணு அங்கே வந்தது? எப்படி வந்தாங்க?'

'அகஸ்மாத்தா எங்க அத்தான் எந்திரிச்சு...'

'எந்திரிச்சு... நீங்க மதுரையா?'

'இல்லை. சட்டு சட்டுனு சப்ஜெக்ட் மாத்தாதிங்க!'

'மாத்தலை. திருப்பித் திருப்பி ஒரே சப்ஜெக்ட்டுக்கு வர்றேன். அதாவது நீங்க. சரி. என் இரண்டாவது சந்தேகம். உங்க அத்தானா அவரு. அவர் சொன்னாரு. தூங்கிக்கிட்டே இருந்தேன். திடுதிப்புனு முழிச்சுக்கிட்டேன். கவலையா இருந்தது. போலீசுக்குப் போன் செய்தேன். அதைப் பத்திக்கூட ஜட்ஜ் அவருடைய கடமை உணர்ச்சியைப் பற்றியும் தீர்ப்பும் எழுதியிருந்தார். மை ஃபுட். உண்மை அது இல்லை.'

'பின்னே?'

'எனக்குத் தெரியாது! உண்மை அது இல்லைன்னு மட்டும் தெரியும்.'

'போலீசுக்கு வேறு யாராவது தகவல் குடுத்திருப்பாங்களா?'

'இருக்கலாம். இல்லாமல் இருக்கலாம். நான் சொல்றது எல்லாம் என் சொந்த சந்தேகங்கள். எல்லாமே ஆதாரமில்லாதவையாக இருக்கலாம். போலீஸ்காரங்கள் சொன்னாப்பலயே நிஜமாகவே நடந்திருக்கலாம். லைஃப்ல இதைவிட அபத்தங்கள் நடக்கற தில்லையா?'

'அடுத்த சந்தேகம்?'

'அந்தப் பணம்! ஒன்பது லட்ச ரூபாய்க்கு எவ்வளவு நோட்டு! அதில் மொத்தம் ஆயிரம் ரூபாய் அகப்பட்டிருக்கு. மற்றது தண்ணில போயிடுச்சு! ஸோக் ஆயிடுச்சு! இது கொஞ்சம் எனக்கு உதைக்குது!'

'ஏன்?'

'ஏனோ?'

'நீங்க என்ன சொல்றீங்க? பாலத்தடியில் யாராவது நின்னுகிட்டு பொட்டியைத் தூக்கிப் போட்டதும் பிடிச்சுருக்கான்னு சொல்றீங் களா?'

'சேச்சே! சினிமால வர்ற மாதிரி சொல்றீங்களே. பை தி வே... வேஜஸ் ஆஃப் ஃபியர் பார்த்தீங்களா?'

'இல்லை!'

'நான்கூடப் பார்க்கலை. பார்க்கிறீங்களா?'

'பார்க்கிறேன். என் ஃப்ரெண்ட்ஸ்கூட!'

'நான் உண்டா?'

'இல்லை.'

'இல்லையா. 'இன்னும் இல்லை'யா?'

'இன்னும் இல்லை.'

'அப்பாடா! ஒரு சந்து! அந்தப் பணம் நிஜமாவே ஆத்தோட போயிருக்கலாம். பிற்காலத்தில் உப்புத் தண்ணில கரையில மிதக் கலாம்... அது என்ன ஆச்சுங்கறது பற்றி எனக்குக் கவலையில்லை. ஆனா, அந்த இடத்தில எனக்குக் கொஞ்சம் உதைக்குது.'

'எனக்கு ஒரு சந்தேகம். அந்த ஒன்பது லட்சமும் இப்ப யாருக்கு நஷ்டம்!'

'பாங்குக்குந்தான்!'

'நோட்டு எல்லாம்தான் தண்ணில போய்டுச்சே! திருப்பி மார்க் கெட்டுக்கே வரலியே?'

'அதுக்காக?'

'புதுசா ரிசர்வ் பாங்கில நோட்டுகள் கிளெய்ம் பண்ண முடியாதா?'

'ஆயிரம் ரூபா நோட்டிலதான் அது சாத்தியம்னு நினைக்கறேன்! போனது எல்லாம் நூறு ரூபா நோட்டு. அதுவும் நம்பர்கூட வரிசையா இல்லாத கொஞ்சம் புழங்கின நோட்டு. ஆனா

வால்ட்டை இன்ஷ்யூர் செய்திருந்தா, இன்ஷ்யூரன்ஸ் காரங்க தலையில கட்டலாம்.'

'எப்படியும் பப்ளிக்குக்கு இதுல ஒண்ணும் நஷ்டமில்லையே?'

'யாருக்கும் நஷ்டம் இல்லை. பாங்க்கைப் பொருத்தவரையில் அதன் லாபத்தில் ஒரு சின்ன எமவுண்ட்டு கம்மி ஆனாப்பல. அவ்வளவுதான். என் அடுத்த சந்தேகத்தையும் சொல்லிடறேன்.'

டெலிபோன் அடித்தது.

எடுத்து 'வஸந்த் ஸ்பீக்கிங்' என்றான். உடனே முகமலர்ந்தான். 'ஹலோ, பாஸ்! நான்தான்!' ரிஸீவரைப் பொத்தி, 'கணேஷ்! டில்லியில் இருந்து எஸ்.டி.டி. ஓர்க் பண்றது!' தொடர்ந்து 'பாஸ், மாணிக்கம் கேஸ் வின் பண்ண மாதிரிதான்!' என்றான்.

'... ஆமாம்.'

'மூணு வருஷம்.'

'எல்லாம் உங்க ஆசீர்வாதம். எப்ப வரீங்க!'

'அப்பீல் வேணாம்னுட்டாரு.'

'பணம் குடுத்துட்டாங்க!'

'இருபத்தி எட்டாம் தேதி.'

'அட்ஜர்ன்மெண்ட் வாங்கிட்டேன்.'

'டில்லி எப்படி இருக்கு?'

'இருபத்தி அஞ்சு ரூபாய்க்கு பேசிட்டம். வேற ஏதாவது உண்டா, வெச்சுறவா.'

'என்னது... ஆமாம். ரைட். கரெக்ட்!'

'எதிர்த்தாப்பல உட்கார்ந்திருக்காங்க.'

டெலிபோனை வைத்துவிட்டுச் சிரித்தான். 'பெரிய ஆள். நான் பேசற விதத்தில இருந்தே எதிர்த்தாப்பல ஒரு அழகான பெண் உட்கார்ந்திருக்குன்னு ஊகிச்சுட்டாரு. நான் என்ன சொல்லிக்கிட்டிருந்தேன்?'

'அடுத்த சந்தேகம்...'

‘அடுத்த சந்தேகம் அப்பீல்! மாணிக்கத்தின்கிட்டே அப்பீல் ஒண்ணு போட்டு வைக்கலாமான்னு கேட்டேன். ‘அய்யய்யோ, கிளறாதீங்க, வேண்டாம்’னுட்டான். மூணு வருஷத்தோட நின்னுதேன்னு சந்தோஷம்!’

‘இதுல இருந்தே தெரியலியா?’

‘என்ன தெரியுது.’

‘மாணிக்கம்தான் இதுக்கு மாஸ்டர்மைண்டுன்னு.’

வஸந்த் சிரித்தான். ‘நீங்க இன்னும் யோசிக்கணும். மாணிக்கம் இல்லை மாஸ்டர்மைண்டு. அன்பழகனும் இல்லை. வேற ஒரு மூன்றாவது மனுஷன்.’

‘அப்படியா?’

‘அதுவும் என் சந்தேகங்களில் ஒண்ணுதான்.’

‘இதை போலீசும் யோசிச்சிருக்க மாட்டாங்களா?’

‘போலீசைப் பொருத்தவரை ஓப்பன் அண்ட் ஷட் கேஸ்! திருடினது என்னவோ அவுங்க ரெண்டு பேரும்தான். இன்ஸ்பெக்டர் அவுங்க ரெண்டு பேரையும் பார்த்துத் துரத்தியிருக்காரு. பொட்டியைத் தண்ணிக்குள்ள எறியறதைப் பார்த்திருக்காரு! ஃபிங்கர் பிரிண்ட்ஸ் மேச் ஆகுது. ரெண்டு பேரும் குற்றத்தை ஒப்புக்கிட்டாங்க. அதனால் போலீசைப் பொருத்தவரையிலும் சிக்கலே கிடையாது. இதுல யாரு தலைவர், யாரு தொண்டர்னுதானே வழக்கு? அதிலதானே நான் வாதாடினேன்?’

‘நீங்க நிஜமாகவே நம்பறீங்களா, அன்பழகன் சொல்லிக் கொடுத்து மாணிக்கம் செஞ்சிருப்பார்னு.’

‘அது என் கட்சி. நிஜம் பொய் எல்லாம் வேற!’

‘இப்ப நீங்க ஒரு அப்பீல் கொடுத்தா அந்த வழக்கில் அன்பழகன் சார்பா வாதாடுவீங்களா?’

‘நிச்சயம். அப்பீல் ஒண்ணு போட்டுறலாமா?’

‘கேட்டுச் சொல்றேன் எங்க அக்கா புருஷன்கிட்ட!’

‘மற்றொரு சந்தேகம். ப்ராம்ப்ட்டா அந்த ஆளு மாணிக்கம் பேமெண்டு கொடுத்தான். மூவாயிரம் ரூபாய்!’

‘வாட்ச்மேன்.’

‘அதான் உதைக்குது. மூணாம் மனுஷன் ஒருத்தன் நிச்சயம் இருக்கான்னு! மிஸ். ரத்னா. என்னைக் கொஞ்சம் யோசிக்க விடுங்க. வேற ஏதாவது தோணிச்சுன்னா போன் பண்றேன். நம்பர் கொடுங்க! அட்ரஸ் குடுங்க. உங்களை வந்து பார்க்கலாமா?’

‘தரேன். அந்த அப்பீலைப் பற்றி நான் விசாரிச்சுட்டு நாளைக்குச் சொல்றேன்.’

‘அப்பீல் செய்தே ஆகணும். சும்மா விட்டுர்றதாவது! அட்ரஸ் சொல்லுங்க.’

சொன்னாள்.

‘நான் வரட்டுமா?’

‘வாங்களேன். வேஜஸ் ஆஃப் ஃபியர்க்கு.’

‘ஓ. நோ. தனியா சினிமா போனா எங்கக்கா கொன்னுடுவாங்க.’

‘அவுங்களையும் அழைச்சுக்கிட்டாப் போச்சு?’

‘வயது முப்பத்தி சொச்சம்’ என்று சிரித்தாள்.

வஸந்த் அவள் சென்ற திசையைச் சற்று நேரம் பார்த்துக் கொண்டிருந்தான்.

பதினான்கு

ரத்னா மறுபடியும்

ரத்னாவுக்கு அன்றைக்கு ராத்திரி தூக்கம் வரவில்லை. அன்பழகன் முகம் குறுக்கிட்டது. 'ரத்னா, நீயுமா நம்பறே!' பத்தரை மணி இருக்கும். சிறையில் ரத்த உதடுகளுடன் பார்த்தது, கோர்ட்டில் குற்றவாளிக் கூண்டில் முட்டிக்கொண்டு அழுதது, அப்புறம் வஸந்தின் சிரித்த முகம்.

'மூன்றாம் மனுஷன்!'

அன்பழகனுக்கு ஏதாவது செய்ய வேண்டும். அப்பீல் பற்றி அத்தானிடம் கேட்கவேண்டும். விழித்துக் கொண்டிருப்பார். இப்போது கேட்டுவிடலாம்.

வினாயகத்தின் அறையில் மேஜை விளக்கு மட்டும் எரிந்து கொண்டிருக்க, அவர் படித்துக் கொண்டிருந்தார். ராமகிருஷ்ணர்.

'என்ன ரத்னா?'

'அன்பழகன்!'

'அவனுக்கு என்ன?' முகம் கடுமையாகியது.

'அவன் கேஸை அப்பீல் செய்யலாம்னு அந்த லாயர் சொன்னார் அத்தான்!'

'அப்பீல் செஞ்சு?'

'தண்டனையைக் குறைக்கலாம்னுட்டு!'

'தண்டனை போதாது அவனுக்கு! ஏழு வருஷம் போதாது, அவன் செஞ்ச துரோகத்துக்கு! எனக்கு வேலை போயிருக்க வேண்டியது. என்னை டிஸ்மிஸ் செய்திருப்பாங்க, சாவிக் கொத்தை அஜாக்கிரதையா வெச்சுக்கிட்டு இருந்ததுக்கு. ஏதோ கடவுள் புண்ணியத்தில் எனக்கு அன்னிக்கு முழிப்பு கண்டது...'

வஸந்தின் மூன்றாவது சந்தேகம்!

'எப்படி அத்தான் அன்னிக்குன்னு அந்தச் சமயத்தில் முழிச்சுக்கிட்டிங்க?'

'முப்பது வருசமா என் ரத்தத்திலே ஊறின கடமை உணர்ச்சிம்மா.'

'ரொம்ப ஆச்சரியம்.'

'முருகன்தான் என்னை எழுப்பினாரு அன்னைக்கு.'

'அப்புறம், அந்த வஸந்த் இன்னிக்குப் புதுசா ஒண்ணு சொன்னாரு அத்தான்.'

'என்ன?'

'உங்க பாங்கில திருட்டை ஏற்பாடு பண்ணது அன்பழகனோ, மாணிக்கமோ இல்லை. ஒரு மூணாம் மனுசன்னு சொன்னார் அத்தான்.'

'அப்படியா? சுவாரஸ்யமாக இருக்கு.'

'அவருக்கு நிறையச் சந்தேகங்கள் வருதுன்னு சொன்னார். முதல்ல அந்தப் பூட்டுக்கான மாற்றுச் சாவி, கள்ளச் சாவி போட்டுத் திறக்கறது அவ்வளவு சுலபமில்லைன்னாரு! நீங்க என்ன சொல்றீங்க?'

'இருக்கலாம். ஆனா ஒரிஜினல் சாவிக்கொத்து என்கிட்ட இங்க தானே இருந்தது.'

'அதானே.'

'அப்புறம் என்ன சந்தேகம் அவருக்கு?'

'அடுத்தது அந்தப் பணப் பெட்டி. அதை ஆற்றில் போட்டுட்டது. ஒரு சில நோட்டுக்கள் மட்டும் கிடைக்கிறது. பாக்கி நோட்டெல் லாம் என்ன ஆச்சு?'

'எல்லாம் தண்ணில போயிடுச்சு. அடியில கிடக்குது. தேடினா அகப்படும்னு ட்ரெட்ஜர்கூட போட்டுப் பார்க்க யோசிக்கிறாங்க!'

'அப்புறம் மாணிக்கம் ஒரு நாளைக்கு 200 ரூபா பீஸ் கொடுத் தானாம். அவனுக்குப் பணம் தந்தது யாருன்னு... அவருக்குச் சந்தேகம்! அப்புறம் மூணு வருஷம் தண்டனைக்கு எதிரா அப்பீல் போடலாம்னா வேண்டாம்கறானாம் மாணிக்கம்! 'போதும்யா, அனாவசியமாகக் கிளறாதே'ங்கறானாம்.'

'இதெல்லாம் என்கிட்ட எதுக்குச் சொல்றே ரத்னா. ரெண்டு பேரும் திருட்டுப் பசங்க! எக்கேடு கெட்டுப் போகட்டும். நமக்கென்ன! நீ தூங்கு.'

ரத்னா சின்னப் பெண்போல, 'தட்ஸ் இட்?' என்றாள். கையைச் சொடக்கினாள்.

'என்ன?'

'அத்தான். ஒரு கதை, கட்டுக் கதை. ஃபண்டாஸ்டிக். கேளுங்க! நீங்க அசந்து போயிடுவிங்க! வஸந்தோட பேசிக்கிட்டிருந்ததில, யோசிச்சதில எனக்குச் சட்டுனு அது தோணிச்சு.'

'கதையா?'

'ஆமாம். ப்ளாட்டு, இதை நிச்சயம் எழுதப் போறேன். டெர்ரிபிக்!'

'காலைல சொல்லேன்.'

'இல்லை. இப்பவே சொல்லியாகணும். எனக்குத் தலை வெடிச் சுடும். நான் சொல்றேன். சுருக்கமாகச் சொல்றேன். எங்கேயாவது தப்பு இருந்தா நீங்க கரெக்ட் பண்ணுங்க!'

'சொல்' என்றார் கொட்டாவியை மென்று கொண்டு.

'அத்தான்! வஸந்துடைய சந்தேகங்கள் எல்லாத்தையும் நினைச்சுப் பார்த்து அதுக்கெல்லாம் விடை தர்ற மாதிரி ஒரு

சம்பவ அமைப்பு. கற்பனைதான். கேளுங்க! பாத்திரங்கள்தான் நிஜம். சம்பவங்கள் பாதி கற்பனை, பாதி உண்மை. கேளுங்க. பாத்திரங்கள் யாரு? மாணிக்கம், அன்பழகன், அப்புறம் டட்ட டாங்! சஸ்பென்ஸ்.

'யாரு?'

'நீங்க!'

'நானா!'

'ஆமாம்! நீங்கதான் அந்த மூணாம் மனுஷர். வஸந்த் சொன்ன மூணாம் மனுஷர். நீங்கதான் மாஸ்டர்மைண்ட்!'

'என்ன சொல்றே?'

'கற்பனை! டோட் கெட் எக்ஸைட்டட்!'

'கற்பனைலகூட நான் அந்த மாதிரி எண்ண விரும்பலை.'

'முழுக்கக் கேளுங்களேன். ப்ளீஸ்!'

'சொல்லு' என்றார் தூக்கம் கலைந்து.

'உங்களுக்குத்தான் எல்லாம் தெரியும். நீங்க தீர்மானிக்கிறீங்க! 30-ம் தேதி பாங்கில நிறைய பணம் இருக்கு. ஞாயிற்றுக்கிழமை வேற! சனிக்கிழமை ராத்திரி திருட சௌகரியம்!'

'ரத்னா! டோண்ட் பி ஸில்லி!'

'அத்தான் ப்ளீஸ்! கேளுங்க! கதைதானே? சிரிப்பா இருக்கும். தப்பு இருந்தாச் சொல்லுங்க!'

'தப்பு. முதல்லே நான் அப்படிப்பட்ட ஆசாமின்னு நினைச்சுப் பார்க்கறதே!'

'அதுக்காக உங்க சுபாவத்தை மாத்திக்கிட்டாப் போச்சு! ரொம்ப நாளா மனசுக்குள்ள அந்த ஆசையை வெச்சிருக்கறவர். ஒருத்தர் கிட்டயும் சொல்லாம, அப்புறம் அன்பழகனைப் பழி வாங்க வேற ஒரு தீர்மானம். எதுக்கு? அக்கா அன்பழகன்கிட்ட ஒரு தடவை... வேண்டாம். அதை அப்புறம் வெச்சுக்கலாம். மெயின் பாய்ண்டுக்கு வரலாம். நீங்க என்ன பண்றிங்க. முதலில் உங்க ளுக்குத் தெரிஞ்ச நம்பகமான ஆளுக்கு, மாணிக்கத்துக்கு, வாட்ச் மேன் வேலை தர்றிங்க.'

வினாயகம் கோபமாக உலவ ஆம்பித்து விட்டார். 'ரத்னா, ஸ்டாப் இட்!'

'எல்லாம் விளையாட்டுக்கு! கேளுங்க. மாணிக்கத்துக்கிட்ட நீங்க நம்பகமாக ஒரு திருட்டை நடத்திக் காட்டணும். முதல்ல என் அண்ணா மகன் அன்பழகனைச் சந்திச்சு, அவன் மனசில எப்படியாவது பாங்கில திருடற ஆசையை விதைக்கணும். அவனை மெப்புக்கு சாவி பிரதிகளை எல்லாம் சோப்பில வெச்சு எடுத்துக்கிட்டு வரச் சொல்லி, அதில் அவன் டூப்ளிக்கேட்டு செய்யறாப்பல பாவலா காட்டறான். ஆனா...?'

'ஆனா.'

'ப்ரில்லியண்ட்! நிஜமான சாவிகளை அன்னிக்கு ராத்திரி உங்ககிட்ட வாங்கிட்டுப் போயிர்றான்!'

'சரிதான்! என்ன கற்பனை!'

'வாங்கிட்டு, கள்ளச் சாவிக்குப் பதிலா நிஜம் சாவியே போட்டுத் திறக்கறான். இரும்புப் பெட்டியைத் திறக்கிறான். திருடறபோது அன்பழகன் கொஞ்ச நேரம் கூட இல்லைன்னுதானே சொன்னான். அதனால் அந்தப் பணத்தை முழுக்க எடுத்துட்டு ஒரு பெட்டிக்குள் போட்டுட்டு...'

'போட்டுட்டு?'

'அதை எடுத்துக்கிட்டுப் போறதில்லை! அப்படியே அதைப் பாங்கில ரகசியமாக ஒரு இடத்தில் ஒளிச்சு வெச்சுர்றான். அவன் எடுத்து வந்த பெட்டியில பத்துப் பதினைஞ்சு நோட்டுத்தான் இருக்கு! பாக்கியெல்லாம் செங்கல்லு!'

சிரித்தார்.

'கிளம்பறபோது சாவிக் கொத்தையும் நீங்க முன்னயே குறிப்பிட்ட இடத்தில ஒளிச்சு வெச்சுட்டுக் கிளம்பறான்! அலாரம் பத்தித் தெரிஞ்சுக்கறதும் ஒரு நாடகம். அவனுக்கு நீங்களே சொல்லிக் கொடுத்திருக்கீங்க!'

சிரிப்பு பெரிதாகியது.

'அடுத்த காட்சி டெலிபோன்! நீங்க கொஞ்சம் இடைவெளி விட்டுவிட்டு நீங்களே டெலிபோன் பண்றீங்க போலீசுக்கு. எனக்கு ஒரு மாதிரி தூக்கமில்லாம இருந்தது! பயம் ஏற்பட்டுடுச்சு.

எதுக்கும் ஒரு நடை போய்ப் பாருங்க'ன்னு சொன்னதெல்லாம் ரீல்! போன் பண்ணதுகூடத் திட்டத்தின் பகுதி! எப்படி?'

சிரிப்பு மறுபடி வெடித்தது. அவளும் சிரிப்புடன் தொடர்ந்தாள்.

'அப்புறம் கேளுங்க. மாணிக்கம் அந்தப் பாலத்தில் மோட்டார் சைக்கிள் மக்கர் பண்ணாப்பல நிறுத்தினான். அவன் நிறுத்தறது போலீஸ்கிட்ட வேணும்னுட்டு அகப்பட்டுக்கறதுக்கு!'

'அதுவும் திட்டமா! சபாஷ்! ஐ'ம் பிகினிங் டு என்ஜாய் இட்!' அட்டகாசமாகச் சிரிப்பு.

'சொன்னேன் பாத்திங்களா? போலீஸ் வந்து பயப்படுத்தவும் அவன் வேணும்னுட்டே அந்தப் பெட்டியைத் தண்ணில போட்டுடறான்! அவங்க அரெஸ்ட் ஆய்டறாங்க. பழி முழுக்க அன்பழகன் மேல போட்டுடறான். பணத்தை நீங்க மறுநாள் சாவகாசமா எடுத்துக்கறிங்க. அதேபோல சாவிக் கொத்தையும் எடுத்துக்கறீங்க! போலீசுக்கு கேஸ் முழுமையாக இருக்குது. பணம் திருட்டுப் போயிருக்குது. போலீஸ் அதிகாரியே பெட்டியைத் தண்ணில போடறதைப் பார்த்திருக்கிறார். அப்பறம் தண்ணில ஒரு சில நூறு ரூபா நோட்டுக்களும் கிடைக்கிறது... அப்புறம் அவங்களே திருடினதையும் தண்ணீலே போட்டதையும் கன்ஃபெஸ் பண்ணிக்கிட்டாங்க.'

'சரிதான்!' அவர் கண்களில் கண்ணீர் வரச் சிரித்தார்.

அவளும் உற்சாகமாகச் சிரித்தவாறே, 'உங்களுக்கும் மாணிக்கத்துக்கும் ஒப்பந்தம். மொத்தம் ஒன்பது லட்சத்திலே உங்களுக்கு அஞ்சு லட்சம். அவனுக்கு நாலு லட்சம்! மூணு வருடம் ஜெயிலுக்குப் போய்ட்டு வந்த உடனே குடுத்துடறது. அவனுக்கு அதுக்கு முன்னாடி வக்கீல் செலவுக்குப் பணம்? அதனால்தான் அவனுக்கு ஒரு நாளைக்கு இருநூறு ரூபாய் கொடுத்து கணேஷ், வஸந்த் மாதிரி ஒரு வக்கீலை வெச்சுக்க முடியறது! எப்படி? பர்ஃபெக்ட்!'

'பர்ஃபெக்ட்! ஆனா ஒரு சின்ன தவறு. மோட்டிவ்? காரணம்? இதெல்லாம் நான் எதுக்குச் செய்யணும்? ஒரு பொறுப்புள்ள பாங்கு உத்தியோகஸ்தன்.'

'கோவிச்சுக்காம இருந்தீங்கன்னா, இதையும் கற்பனை செய்து பார்க்கட்டுமா?'

'சொல்லு.'

'கோவிச்சுக்க மாட்டீங்களே?'

'ம்ஹூம், சிரிப்புத்தான் வருது.'

'ஒரு நாள் நீங்க அக்காவையும் அன்பழகனையும் ஒரு மாதிரி மைண்ட் யூ, எல்லாம் கற்பனைதான், ஒரு மாதிரி பார்த்துட்டீங்க. அப்ப இருந்து உங்களுக்கு ஒரு வெறுப்பு. வெறி! எப்படியாவது அன்பழகனைப் பழி தீர்த்து ஜெயிலுக்கு அனுப்பிட்டு...'

'அனுப்பிட்டு.'

'அக்காவைப் பழி தீர்த்துக்கறதுக்கு ஒருநாள் சொல்லாம கொள்ளாம... நிறையப் பணத்தோட காணாம போயிடணும். தேடக் கூடாது!'

'நிறைய இங்கிலீஷ் நாவல் படிக்கிறே போல இருக்கு!'

'எல்லாம் என் சொந்த அசல் கற்பனை!'

'சரி. அந்தப் பணம் எங்கதான் இருக்கு!' என்று சிரித்தார்.

இப்போது அவள் சிறு குழந்தை போல உற்சாகப்பட்டாள். 'இங்க!' என்றாள்.

'எங்கே?'

'இங்கயே, இந்த வீட்டுக்குள்ளேயே!'

'வீட்டுக்குள்ளன்னா எங்கே! இரும்புப் பெட்டியிலயா, காத்ரெஜ் அலமாரியா?'

'ம்ஹூம். திருட்டுப் பணத்தை அங்கெல்லாம் ஒளிச்சு வெச்சிருக்க மாட்டீங்க!'

'பின்னே!'

ரத்னா அந்த அறையைச் சுற்றிலும் பார்த்தாள். ப்ரிஜ், அலமாரி, அலங்கார முகங்கள், இயற்கைக் காட்சி, பிரம்பு நாற்காலி, ரேடியோ, ஒரு உயரமான பூக்கூடை, ப்ளாஸ்டர் ஆஃப் பாரிஸ் பொம்மைகள், டேப் ரெகார்டர், மேஜை, கட்டில், படுக்கை, தலையணை!

தலையணை!

‘அத்தான், உங்க தலைகாணிகளுக்குள்ள எல்லா நோட்டுக்களையும் அடைச்சு வெச்சிருக்கீங்க!’

‘சரிதான். நல்லா இருந்தது! கதை. குட் நைட்!’

ரத்னாவின் கதை முடிகிற வழியாகத் தெரியவில்லை. ‘ஒரு தலைகாணியில் மூணு லட்சம். மூணு தலைகாணிக்கு ஒன்பது லட்சம்.’

அவள் அந்தத் தலையணைகளில் ஒன்றை எடுத்தாள். கனமாக இருந்தது.

‘இத பார் ரத்னா. விளையாட்டு போதும். நீ போய்ப் படுத்துக்க!’

ரத்னா அதை உதற ஆரம்பித்தாள்.

‘இத பார், தலைகாணியை விடு!’

தொளதொளவென்று சமீபத்தில் தைக்கப்பட்டிருந்த தலையணை நூல் பிரிந்து பஞ்சு பறக்க ஆரம்பித்தது.

உடன் சில நூறு ரூபாய் நோட்டுக்களும் சிதறின. ரத்னா அந்தப் பிரிவில் கையை நுழைத்துப் பார்த்தாள். கையை வெளியே எடுக்கையில் அவள் கண்களில் திகைப்பும் ஆர்வமும் நம்பிக்கையின்மையும் தெரிய... கத்தை கத்தையாக நூறு ரூபாய் நோட்டுக்கள்.

‘என்ன அத்தான் இது!’ அவள் குரல் கிறீச்சிட்டது. வினாயகம் வெறி பிடித்தவர்போல மேஜையின் எல்லா டிராயர்களையும் சரக் சரக் சரக் என்று திறந்தார். கடைசி டிராயரிலிருந்து கறுப்பாக எதையோ எடுத்தார்.

துப்பாக்கி!

முருக பக்தர் மாறிவிட்டார். பெருமிதமும் பெருமையும் நிறைந்த மானேஜர் மாறி விட்டார். கோபம். கண்களில் ஆக்ரோஷம். வியர்வை. மூச்சு இரைப்பு.

‘ரத்னா! ரத்னா! முன்னமேயே உனக்குத் தெரியுமில்ல! தெரியுமில்ல!’

‘அத்தான்! அத்தான்! நான் ஏதோ விளையாட்டாக் கற்பனை செய்துபார்த்துச் சொன்னேன். சத்தியமா!’

‘யாரு சொல்லிக் கொடுத்தா? அந்த வஸந்த்தா!’

‘இல்லை. கற்பனை அத்தான்! ப்ளீஸ். துப்பாக்கியை வெச்சுடுங்க ப்ளீஸ்! நான் யார்கிட்டேயும் சொல்லலை.’

‘ரத்னா. ரொம்ப கெட்டிக்காரியா நீ? உனக்கு எல்லாம் தெரியுமா? உனக்குத் தெரிஞ்சது எனக்குத் தாங்காது. உன் வாயை அடைக்கணும். அதுக்கு... அதுக்கு நீ இறந்தே ஆகணும்!’

‘அத்தான் அத்தான். அக்கோவ்! அக்கா! அக்கா!’ அலறினாள்.

‘அவளை எழுப்பாதே! அது எருமை மாடு! தூங்கினா டமாரம் அடிச்சாலும் எழுந்திருக்காது. இதப் பாரு! உனக்கு உன் உசிரு வேணுமா?’ கண்களில் அவ்வளவு மூர்க்கம்.

‘வேணும், வேணும்.’

‘சத்தம் போடக்கூடாது. சுட்டுப் பொசுக்கிடுவேன்...’

‘சத்தம் போடலை!’

‘நான் சொன்னபடி கேக்கறியா?’ மூச்சிரைப்பு.

‘கேக்கறேன்!’

‘நட!’ நடுக்கம்.

‘எங்கே?’

‘நாம ரெண்டு பேரும் வெளியே போறம். நம்ம கார்ல.’

‘எதுக்கு!’

‘பேசறதுக்கு.’ அவள் மார்புக்கு நேரே குறி. ஒன்றும் செய்ய முடியாது. சொன்னதைக் கேட்டுத்தான் ஆகவேண்டும்.

‘ம்! நட! கற்பனையா? கற்பனை ஜாஸ்தி உனக்கு?’

இடது கையால் இரண்டு தலையணைகளை அணைத்துக் கொண்டார்.

‘இல்லிங்க, இல்லிங்க!’

வலது கைத் துப்பாக்கி அபாயகரமாக நடுங்கியது. ‘நடறின்னா!’

மெதுவாக நடந்து வாயிற் கதவுக்கு வந்துவிட, அவள்பின் மிக அருகே துப்பாக்கியை முதுகுப்புறம் காட்டிக்கொண்டு வினாயகம்.

'திற கதவை.'

திறந்தாள்! மெதுவாக நடக்க இப்போது முதுகில் துப்பாக்கி பதிந்திருந்தது.

வாசலில் போர்ட்டிகோவில் கார் இருந்தது. அதன் கதவை இடது கையால் திறந்து துப்பாக்கியால் அவளைத் திணித்தார். ஒன்றிரண்டு 100 ரூபாய் நோட்டுக்கள் சிதறின. கார் புறப்பட்டது.

'அத்தான், என்னை ஒண்ணும் செய்துராதீங்க. நான் எதிர்பாராத தப்பு செய்துட்டேன். நான் ஒருத்தர்கிட்டயும் சொல்ல மாட்டேன். என்னை... என்னை...' அழுதாள். விசித்து விசித்து அழுதாள்.

'ஒண்ணும் செய்யமாட்டேன் ரத்னா!'

'பின்னே எங்கேயோ அழைச்சுட்டுப் போறீங்களே.'

'எங்கேயும் இல்லை. பீச்சாண்டை!'

'எதுக்கு!'

'பேச!'

'நான் நம்பலை. நம்பலை!'

'நம்பு கண்ணு. உன்னை ஒண்ணும் செய்யமாட்டேன்...' பீச் அருகில் தார் ரோட்டில் நிறுத்தி 'இறங்கு' என்றார்.

'அத்தான்' என்று கெஞ்சினாள்.

'இறங்குடின்னா? நட!'

இறங்கினாள். மெதுவாக நடந்தாள். 'அய்யய்யோ, அய்யய்யோ என்னைக் காப்பாத்த யாருமில்லையா?' என்று அலறினாள். ஒரு தடவை துப்பாக்கி வானில் வெடித்தது.

'மூச்! மூச்சு விடக் கூடாது. கப்பு சிப்புனு நட! தெரியுதா. அடுத்த தடவை நேராவே சுடுவேன்! சத்தம் கேட்டுச்சு இல்லை! எப்படி வெடிச்சது செல்லம்! இதப் பாரு ரத்னா! நீ சொன்னது, கற்பனைன்னு சொன்னது, ஏறக்குறைய நிஜம்! நீ சொன்ன மாதிரித்தான் நடந்தது. நான்தான் எல்லாத்தையும் ப்ளான் போட்டு நடத்தினேன். நிறைவேத்தினேன். நானும் மாணிக்கமும் கூட்டு! ஒரு கல்லுல ரெண்டு மாங்காய்! இதப் பாரு ரத்னா. உங்கக்காவைப் பத்தி நீ சொன்ன பாரு, அதுகூட நிஜம். பாவி! பார்த்துட்டேன்

100

ரத்னா, பார்த்துட்டேன். அவ எனக்குத் துரோகம் பண்றது எனக்குத் தெரியும்னு அவளுக்குத் தெரியாது. நான் வெறும் கல்லு. கந்தரலங்காரம், அனுபூதி படிச்சுட்டு ஒழுங்கா பாங்குக்குப் போய்ட்டு வர்ற ஜடம்னு நினைச்சுக்கிட்டிருக்கா. இல்லை ரத்னா. நானும் மனுசன்தான். எனக்கும் உணர்ச்சிகள் உண்டு. ஆசை, பொறாமை, கோபம்! முதல்ல தீர்த்துக்கட்டலாம்னு நினைச்சுட்டுத் தான் துப்பாக்கியை வாங்கி வெச்சேன். அப்புறம் குழந்தையை நினைச்சுக்கிட்டு விட்டு வைச்சேன்! அப்புறம்தான் இந்த யோசனை தோணிச்சு. என்னை எல்லாரும் ஏமாளியாக்கினாங்க. அவுங்களை நான் ஏமாளியாக்கணும். லட்ச லட்சமாகப் பணம் வெச்சுக்கிட்டு என்ஜாய் பண்ணணும். முருகனுக்கும் சிவனுக்கும் பூஜை செய்தது போதும். இனிமே...' பெரிசாகச் சிரித்தார்.

'ரத்னாவுக்குப் பூஜை! ஆமாம் ரத்னா! உனக்குத் தெரிஞ்சு போச்சு. விஷயம் தெரிஞ்சு போச்சு! இனிமே நீ என்கிட்ட இருந்து விலகி வாழ முடியாது. ஒண்ணு, என்கூட வந்துடு. ரெண்டு பேரும் ஓடிப் போயிடலாம். கோவாவுக்கு. இல்லை கடல் கடந்து... எங்க வேணா போயிறலாம். இதப் பாரு, ஒன்பது லட்சம் இருக்குது.'

'அத்தான் அத்தான்! என்னை விட்டுடுங்க. நான் ஒருத்தர்கிட்டயும் சொல்ல மாட்டேன்.'

'என் கூட வரலை, இப்பவே ஒழிஞ்சு போ. சொல்லுடி! சொல்லுடி! எனக்கு என்ன குறைவு? பணம் இல்லியா! அழகு இல்லியா? கொஞ்சம் டை அடிச்சுட்டாப் போச்சு!' எல்லை இல்லாமல் சிரித்தார். 'சொல்லு! சொல்லிடு... பத்து எண்றதுக் குள்ள சொல்லு!'

'அத்தான்! யோசிச்சுப் பாருங்க! ப்ளீஸ். உங்களுக்காக இல்லா விட்டாலும் உங்க குழந்தைக்காக!'

'எனக்குக் குழந்தையும் கிடையாது. ஒண்ணும் கிடையாது. நான் தனி! தனி! எனக்கு யாரும் இல்லை! இந்த இரண்டு தலைகாணி தான்!'

'இப்ப என்ன செய்யணும்கறீங்க!'

'என்கூட வரணும்! வெளியூருக்கு. இல்லை இந்த இடத்திலேயே சாவணும். ஒண்ணு ரெண்டு மூணு...'

'வேண்டாம். வேண்டாம். நான் வர்றேன். உங்ககூட வர்றேன்!'

'எங்க போறதா உத்தேசம்?'

மூன்றாம் மனுஷன் குரல். சடக்கென்று திரும்ப இருட்டில் ஒரு இளைஞன். தூரத்தில் அவன் ஃபியட் கார்...

வினாயகம் உடனே துப்பாக்கியை அவன்பால் காட்டிச் சுட்டு விட்டார். அதற்குள் அந்த இளைஞனின் நீண்ட கால் அதி வேகத்தில் உதைக்க துப்பாக்கி சிதறியது.

'பயப்படாதீங்க ரத்னா.'

'வஸந்த்!' என்று கத்தினாள்! வினாயகம் தன் தலையணைகளை மார்பில் அணைத்துக்கொண்டு ஓடினார். மணலில் தவித்துத் தவித்து ஓட, துப்பாக்கி வெடித்த அதிர்வில் வஸந்த் சற்று அயர்ந்து விட்டான். 'ஆர் யு ஆல் ரைட், ரத்னா?'

'வஸந்த். அவரைப் பிடிங்க! திருடின பணம் பூரா இருக்குது!'

வினாயகம் இதற்குள் ஓடிப்போய் தன் காரில் ஏறிக்கொண்டு விர்ர்ரென்று புறப்பட்டு ரிவர்ஸில் சீறித் தள்ளிப் பறந்தார். வஸந்த், 'ரத்னா, ஓடி வாங்க' என்று பின்னால் ஓடித் தன் காரில் பாய அவள் உடன் ஓடி வந்து அவனுடன் சேர்ந்து கொள்வதற்குள் வினாயகத்தின் கார் பீச் ரோட்டில் நுழைந்து அறுபது கிலோமீட்டர் வேகத்தைத் தொட்டுவிட்டது.

வஸந்த், 'சீக்கிரம்!' என்று அவள் ஏறிக்கொண்டதுமே புறப் பட்டான்.

'வஸந்த்! நீங்க எப்படிச் சமயத்தில் வந்தீங்க?'

'ராத்திரி யோசிச்சுக்கிட்டிருந்தேன். திடீர்னு ஒரு ஐடியா தோணிச்சு! உடனே உங்களை வந்து பார்த்துட்டு...'

'என்ன ஐடியா?'

'அந்தத் திருட்டு வேலையை உங்க அக்கா புருஷனே மாஸ்டர் மைண்ட் பண்ணியிருக்கலாம்னுட்டு சட்டுனு தோணிச்சு. அதனால முக்கியமாகச் சில விவரங்களை உங்ககிட்ட கேக் கணும்னுட்டு வர்றேன்! எதிர்த்தாப்பல உங்க கார் புறப்பட்டுப் போவுது. உங்க கண்ணிலே பயம். அவர் முகத்தில் வியர்வை. வெறி. பார்த்தேன். கதை வசனம் நல்லா இல்லையேன்னுட்டு உடனே பின்தொடர ஆரம்பிச்சேன்! எனக்கு 'சமய சஞ்சீவி'ன்னு

இன்னொரு பேர்! உங்க தரப்பில் என்ன ஆச்சுன்னு உங்களைக் கேக்கறதுக்கு இப்ப சமயம் இல்லை. அந்த ஆள் என்ன வேகமாய்ப் போறார் பாருங்க.'

வினாயகத்தின் கார் பீச் ரோட்டின் பற்பல சிலைகளைக் கடந்து அண்ணா சமாதிப் பக்கம் மின்னல் கீற்றுபோலச் சென்றது.

'பிடிக்கறது கஷ்டம்னு நினைக்கிறேன்.' மவுண்ட் ரோட்டில் சினிமா பார்த்துவிட்டு ஒரு ஆணும் ஒரு பெண்ணும் மோட்டார் சைக்கிளில் பீச்சுக்குப் போய் அதன் இருட்டில் சற்று ஆராய்ச்சிகள் செய்யலாம் என்ற உத்தேசத்துடன் ரத்தத்தில் சூடேறித் திடுதிடுவென்று வந்துகொண்டிருந்தார்கள். யாஹூ என்ற கூவலுடன் டிவி சென்டரிலிருந்து வளைந்து நெளிந்து உற்சாகமாக எண்பத்தைந்து கிலோமீட்டர் வேகத்தில்.

வினாயகம் ஆக்ஸலரேட்டர் பெடலை அதன் கடைசி வரைக்கும் அழுத்த...

வஸந்தின் ஃபியட் அங்கிருந்து ஆயிரத்து ஐந்நூறு மீட்டர் தூரத்தில் ஏறக்குறைய அதே வேகத்தில் வர.

'ய்ய்ய்யா....' என்று மோட்டார் சைக்கிள் இளைஞன் வேகத்தைக் குறைக்காமல் ஏறக்குறையத் தரையைத் தொட்டு சீய்த்துக்கொண்டு பாலத்துக்கு அருகில் திருப்பி பீச் ரோட்டுக்குள் நுழைய...

'ஹேய் லுக்!' என்று அந்தப் பெண் அலற...

'மை காட்!' என்று வஸந்த் அலற, கடைசி நிமிஷத்தில் அந்த மோட்டார் சைக்கிள் தன் பாதையின் குறுக்கே சிராய்த்துக் கொண்டு செல்வதை உணர்ந்த வினாயகம் சரேல் என்று ஸ்டியரிங்கை திருப்ப, ஃபியட் தன் நிலையிழந்து பிளாட்பாரம், பூஞ்செடி, பெரிய கம்பம் என்று இடிபட்டு, உருண்டு, இடிபட்டு, மறுபடி உருண்டு... பா...ங்!' என்று அதன் ஹாரன் அலற ரேடியேட்டர் வெடித்துத் தண்ணீர் கசிய...

தப்பித்த மோட்டார் சைக்கிள் வெகு தூரத்திலிருந்து 'யாஹூ!' என்றது.

வஸந்த் நிறுத்தினான்.

மை காட்! எத்தனை கண்ணாடிச் சிதறல்... ஒரு சக்கரம் இன்னும் சுற்றிக்கொண்டிருந்தது. ஃபியட் சிரசாசனம் செய்து கொண்டிருந்தது. ஒரு பக்கம் பூரா நொறுங்கி... வினாயகம் எங்கே!

ரத்னா அருகே வர, அவளை வஸந்த் தடுத்து நிறுத்தினான். 'மை காட்! ஹாரிபிள்!'

அந்த மிஷின் போலவே நசுங்கி வினாயகம் முகத்தில் கருநீல ரத்த நதி தெரிய...

தலயணைகளைக் கட்டிக்கொண்டு உடம்பு பூரா ரத்தக் கோலங்கள் எழுதிக் கிடந்தார்...

'என்ன ஆச்சு!' என்றாள் ரத்னா.

'ஆள் அவுட். சப்பை! ரத்னா. வராதீங்க! நேர என் கார்ல போய் உக்காந்துக்குங்க! உங்களால இந்தக் காட்சியைத் தாங்கிக்க முடியாது...'

வஸந்த் கிட்டே சென்றான். சாலை பூரா நூறு ரூபாய் நோட்டுக்கள்.

அவற்றில் ஒன்றை எடுத்தான். ரத்தத்தில் தோய்ந்து...

I promise to pay the bearer...